ನಮ್ಮ ಅಷ್ಫಾಕ್

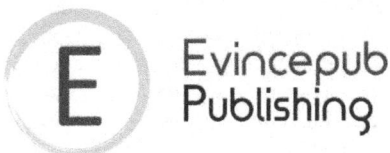

Evincepub Publishing

D9900074

Evincepub Publishing

Parijat Extension, Bilaspur, Chhattisgarh 495001

First Published by Evincepub Publishing 2017

Copyright © AJAY KUMAR GK 2017
All Rights Reserved.
ISBN: 978-1-5457-1659-5
Price: Rs. 149/-

This book has been published with all reasonable efforts taken to make the material error-free after the consent of the author. No part of this book shall be used, reproduced in any manner whatsoever without written permission from the author, except in the case of brief quotations embodied in critical articles and reviews. The Author of this book is solely responsible and liable for its content including but not limited to the views, representations, descriptions, statements, information, opinions and references ["Content"]. The Content of this book shall not constitute or be construed or deemed to reflect the opinion or expression of the Publisher or Editor. Neither the Publisher nor Editor endorse or approve the Content of this book or guarantee the reliability, accuracy or completeness of the Content published herein and do not make any representations or warranties of any kind, express or implied, including but not limited to the implied warranties of merchantability, fitness for a particular purpose. The Publisher and Editor shall not be liable whatsoever for any errors, omissions, whether such errors or omissions result from negligence, accident, or any other cause or claims for loss or damages of any kind, including without limitation, indirect or consequential loss or damage arising out of use, inability to use, or about the reliability, accuracy or sufficiency of the information contained in this book.

"ನಮ್ಮ ಅಷ್ಫಾಕ್"

(ಭಾರತದ ವೀರ ಸ್ವಾತಂತ್ರ್ಯ ಸೇನಾನಿ)

ಭಾರತದ ಸ್ವಾತಂತ್ರ್ಯ ಚರಿತ್ರೆಯಲ್ಲಿ ಅಜರಾಮರವಾಗಿರುವ

ಅಷ್ಫಾಕ್ ಉಲ್ಲಾ ಖಾನನ ಜೀವನ ಚರಿತ್ರೆ

(ಅಜಯ್ ಕುಮಾರ್ ಜಿ. ಕೆ)

ಅರ್ಪಣೆ

ರಾಮ್ ಪ್ರಸಾದ್ ಬಿಸ್ಮಿಲ್

(18.6.1897 - 19.12.1927)

"**ನಮ್ಮ ಅಷ್ಫಾಕ್**" ಪುಸ್ತಕವನ್ನು, ನನ್ನಲ್ಲಿ ಸ್ವಾತಂತ್ರ್ಯದ ಅರಿವು ಮೂಡಿಸಿದ ಪಂಡಿತ್ ರಾಮ್ ಪ್ರಸಾದ್ ಬಿಸ್ಮಿಲರಿಗೆ ಅರ್ಪಿಸುತ್ತೇನೆ. ರಾಮ್ ಪ್ರಸಾದ್ ಬಿಸ್ಮಿಲ್ ಒಬ್ಬ ಅಪ್ರತಿಮ ಸ್ವಾತಂತ್ಯ ಹೋರಾಟಗಾರ ಹಾಗೂ ಅಷ್ಫಾಕ್ ಉಲ್ಲಾ ಖಾನನ ಜೀವದ ಗೆಳೆಯ.

ಬಿಸ್ಮಿಲ್ಲರ ದೇಶಭಕ್ತಿಯ ಒಂದು ವಾಕ್ಯದ ತುಣುಕು:-

"ನಾನು ಹಿಂದೂಸ್ತಾನದ ಸ್ವಾತಂತ್ರ್ಯಕ್ಕಾಗಿ ಸಾವಿರ ಬಾರಿ ಬೇಕಾದರೂ ಸಾಯಲು ಸಿದ್ಧ, ಭಗವಂತ, ನನಗೆ ಆ ಸಾವಿರ ಜನ್ಮಗಳನ್ನು ಹಿಂದೂಸ್ತಾನದಲ್ಲೇ ನೀಡು, ಪ್ರತಿ ಬಾರಿಯೂ ಕೂಡ ಸ್ವಾತಂತ್ರ್ಯದ ಹೋರಾಟದಲ್ಲೇ ನನಗೆ ಸಾವು ಸಂಭವಿಸುವಂತೆ ಕರುಣಿಸು"

ಉತ್ತರ ಪ್ರದೇಶದಲ್ಲಿ 1918ರಲ್ಲಿ ನಡೆದ ಮೈನ್ಪುರಿ ಪಿತೂರಿ ಪ್ರಕರಣದ ಮೂಲಕ ಬ್ರಿಟಿಷರ ನಿದ್ದೆಗೆಡೆಸಿದ್ದ ಬಿಸ್ಮಿಲ್, 1925ರ ಕಾಕೋರಿ ರೈಲಿನ ದರೋಡೆಯ ಕೇಸಿನಲ್ಲಿ ಸೆರೆಸಿಕ್ಕಿ 19 ಡಿಸೆಂಬರ್ 1927ರಲ್ಲಿ ಗಲ್ಲಿಗೇರಲ್ಪಟ್ಟರು.

ಹೆಚ್. ಆರ್. ಎ (ಹಿಂದೂಸ್ತಾನ್ ರಿಪಬ್ಲಿಕನ್ ಅಸೋಸಿಯೇಷನ್) ಪಕ್ಷದ ಮುಖಂಡನಾಗಿ ಹಲವಾರು ಕ್ರಾಂತಿಕಾರಿ ಚಳುವಳಿಗಳಲ್ಲಿ ಮುಂದಾಳತ್ವವನ್ನು ವಹಿಸಿದ್ದರು ಹಾಗೂ ಚಂದ್ರ ಶೇಖರ್ ಆಜಾದ್, ಭಗತ್ ಸಿಂಗ್ ಮತ್ತು ಹಲವರಿಗೆ ಮಾರ್ಗದರ್ಶಕನಾಗಿದ್ದನು. ಪಂಡಿತ್ ರಾಮ್ ಪ್ರಸಾದ್ ಬಿಸ್ಮಿಲ್ ಒಬ್ಬ ಆರ್ಯ ಸಮಾಜದ ಪಾಲಕನಾಗಿಯೂ, ಹವ್ಯಾಸಿ ಕವಿಯೂ ಆಗಿ ಹಲವಾರು ದೇಶಭಕ್ತಿಯ ಕವಿತೆಗಳನ್ನು ಹಿಂದಿ ಮತ್ತು ಉರ್ದುವಿನಲ್ಲಿ ರಚಿಸಿದ್ದಾರೆ.

ಭಾರತದ ಸ್ವಾತಂತ್ರ್ಯ ಪೂರ್ವ ಸಂಗ್ರಾಮ

ಭಾರತದ ಇತಿಹಾಸದಲ್ಲಿ ಹಲವಾರು ವೀರ ಹಿಂದೂ ರಾಜರುಗಳು ಆಳ್ವಿಕೆ ಮಾಡಿ ದೇಶವನ್ನು ಕಟ್ಟಿ ಬೆಳೆಸಿದ್ದಾರೆ. ಅವರಲ್ಲಿ ಪ್ರಮುಖವಾಗಿ ಹಿಂದೂ ರಾಜರುಗಳಾದ ಶಾಂತಿಧೂತ ಅಶೋಕ, ರಾಜ ರಾಜ ಚೋಳ, ಶ್ರೀ ಕೃಷ್ಣದೇವರಾಯ ಸುಪ್ರಸಿದ್ದರು.

ಸುಮಾರು 750ನೆ ಇಸವಿಯಲ್ಲಿ ಭಾರತದ ಮೇಲೆ ಪರ್ಶಿಯನ್ನರ ದಂಡು ದಾಳಿ ಮಾಡಿತ್ತು. ಅದರ ನೇತೃತ್ವ ವಹಿಸಿದ್ದವನು ಮೊಹಮ್ಮದ್ ಬಿನ್ ಖಾಸಿಂ ಎಂಬ ಮುಸ್ಲಿಂ ನವಾಬ. ಅಂದಿನಿಂದ ಭಾರತದ ಮೇಲೆ ಮುಸ್ಲಿಮರ ದಾಳಿ ಆರಂಭವಾಯಿತು. ಮೊಹಮ್ಮದ್ ಘೋರಿ, ಮೊಹಮ್ಮದ್ ಘಜನಿ ಎಂಬ ಅಮಾನುಷ ನವಾಬರು ಭಾರತ ದೇಶದ ಹಿಂದೂ ದೇವಾಲಯಗಳನ್ನು ಧ್ವಂಸಗೊಳಿಸಿ, ಸರ್ವ ಸಂಪತ್ತುಗಳ್ಳನ್ನೂ ದೋಚಿದ್ದರು.

ನಂತರ ಬಂದ ಅಕ್ಬರ್ ಮೊಘಲ್ ಸಾಮ್ರಾಜ್ಯವನ್ನು ಸ್ಥಾಪಿಸಿ, ಭಾರತದ ಅತೀ ಶ್ರೀಮಂತ ನವಾಬ ಎಂಬ ಹೆಗ್ಗಳಿಕೆಗೆ ಪಾತ್ರನಾದವನು. ಮುಘಲರು ಉತ್ತರ ಭಾರತವನ್ನು 12ನೆ ಶತಮಾನದಿಂದ 18ನೆ ಶತಮಾನದವರೆಗೂ ಆಳಿದರು.

ಅಷ್ಟರಲ್ಲಿ ಉತ್ತರ ಭಾರತದಲ್ಲಿ ಶೇಖಡ 30ರಷ್ಟು ಜನಸಂಖ್ಯೆ ಮುಸ್ಲಿಮರದ್ದಾಗಿತ್ತು.

ಇದರ ನಡುವೆ ಭಾರತಕ್ಕೆ 15ನೆ ಶತಮಾನದಲ್ಲಿ ವಾಸ್ಕೋ ಡಿ ಗಾಮನ ಆಗಮನವಾಯಿತು. ಅವನ ಕಣ್ಣಿಗೆ ಭಾರತ ಒಂದು ಒಳ್ಳೆಯ ವ್ಯಾಪಾರ ಕೇಂದ್ರವಾಗಿ ಗೋಚರವಾಗಿತ್ತು. ಅದರಂತೆಯೇ ಯೂರೋಪಿಯನ್ನರು ಭಾರತಕ್ಕೆ ವ್ಯಾಪಾರ ಮಾಡುವ ನೆಪವಾಗಿ ಭಾರತದಲ್ಲಿ ಈಸ್ಟ್ ಇಂಡಿಯಾ ಕಂಪನಿಯನ್ನು ಆರಂಭಿಸಿದರು.

ಈಸ್ಟ್ ಇಂಡಿಯಾ ಕಂಪನಿಯ ಹೆಸರಿನಲ್ಲಿ ಭಾರತಕ್ಕೆ ಡಚ್ಚರು, ಫ್ರೆಂಚರು ಹಾಗೂ ಬ್ರಿಟಿಷರ ಆಗಮನವಾಯಿತು. ಫ್ರೆಂಚರು ಪಾಂಡಿಚೇರಿಯಲ್ಲಿ , ಬ್ರಿಟಿಷರು ಒರಿಸ್ಸಾ ಮತ್ತು ಕಲ್ಕತ್ತದಲ್ಲಿ ತಮ್ಮ ಪ್ರಧಾನ ಕಚೇರಿ ಸ್ಥಾಪಿಸಿ ವ್ಯಾಪಾರ ಪ್ರಾರಂಭಿಸಿದರು.

ಭಾರತದ ರಾಜರುಗಳ ಒಳ ಜಗಳಗಳನ್ನು ಗಮನಿಸಿದ ಬ್ರಿಟಿಷರು ಭಾರತವನ್ನು ತಮ್ಮ ಆಡಳಿತಕ್ಕೆ ತೆಗೆದುಕೊಳ್ಳುವ ತಂತ್ರ ರೂಪಿಸಿದರು.

ಇದಕ್ಕೆ ಬುನಾದಿಯಾಗಿ ನಿಂತದ್ದು ಪ್ಲಾಸ್ಸಿ ಕದನ-1757 (ಬ್ಯಾಟಲ್ ಆಫ್ ಪ್ಲಾಸ್ಸಿ). ಕೇವಲ 3000 ಯೋಧರನ್ನು ಹೊಂದಿದ್ದ ಬ್ರಿಟಿಷರು 50,000 ಯೋಧರನ್ನು ಹೊಂದಿದ್ದ ಕಲ್ಕತ್ತಾದ ನವಾಬ ಸಿರಾಜ್ ಉದ್ ದಾವ್ಲಾನನ್ನು ಕುತಂತ್ರದಿಂದ ಮಣಿಸಿದರು. ನಂತರ 1760ರಲ್ಲಿ ವಾಂಡಿವಾಷನ ಕದನ ಹಾಗೂ ಬಕ್ಸಾರ್ನ ಕದನಗಳ ಮೂಲಕ ಬ್ರಿಟಿಷರು ಭಾರತವನ್ನು ಕಾಲಕ್ರಮೇಣ ತಮ್ಮ ತೆಕ್ಕೆಗೆ ಪಡೆದುಕೊಳ್ಳತೊಡಗಿದರು.

ಗೆಲುವಿನ ಕುದುರೆಯಂತೆ ಸಾಗಿದ್ದ ಬ್ರಿಟಿಷರಿಗೆ ಸಿಂಹ ಸ್ವಪ್ನವಾಗಿ ಕಾಡಿದ್ದು ಮೈಸೂರಿನ ಹೈದೆರ್ ಅಲಿ ಮತ್ತು ಅವನ ಮಗ ಮೈಸೂರಿನ ಹುಲಿ ಟಿಪ್ಪು ಸುಲ್ತಾನ. 1767 ರಿಂದ 1769 ರವರೆಗೆ ನಡೆದ ಘೋರ ಯುದ್ಧದಲ್ಲಿ ಬ್ರಿಟಿಷರು ಹೈರಾಣಾಗಿದ್ದರು, ಸೋಲೊಪ್ಪಿಕೊಂಡ ಬ್ರಿಟಿಷರು ಮೈಸೂರಿನಿಂದ ಕಾಲ್ಕಿತ್ತರು. ನಂತರ ಪೂರ್ವ ತಯಾರಿಗಳೊಂದಿಗೆ ಮತ್ತೆ ಮೈಸೂರಿನ ಜೊತೆ 1780 ರಿಂದ 1784 ರವರೆಗೆ ನಡೆದ ಎರಡನೇ ಆಂಗ್ಲೋ ಮೈಸೂರು ಕದನದಲ್ಲಿ ಕೂಡ ಬ್ರಿಟಿಷರು ಹೈದರ್ ಅಲಿಯ ಎದುರು ಶರಣಾಗಿದ್ದರು.

ಮೈಸೂರನ್ನು ಹೇಗಾದರೂ ದಕ್ಕಿಸಿಕೊಳ್ಳಲೇ ಬೇಕು ಎಂಬ ಹೆಬ್ಬಯಕೆಯಿಂದ ಬ್ರಿಟಿಷರು ಮತ್ತೆ 1790ರಲ್ಲಿ ಮೈಸೂರಿನ ಮೇಲೆ ದಾಳಿ ಮಾಡಿದರು. ಆದರೆ ಟಿಪ್ಪು ಸುಲ್ತಾನಿನ ಚಾಣಾಕ್ಷತನದಿಂದ ಈ ಬಾರಿಯೂ ಕೂಡ ಗೆಲುವೇ ಮೈಸೂರಿನದಾಗಿತ್ತು. ಬ್ರಿಟಿಷರು ದಿಕ್ಕು ತೋಚದಂತಾಗಿ ದಿಕ್ಕೆಟು ಓಡಿದರು.

ಹೈದೆರ್ ಅಲಿ

ಟಿಪ್ಪು ಸುಲ್ತಾನ್

ಆದರೆ ಬ್ರಿಟಿಷರು ಕುತಂತ್ರದಿಂದ 1799ರಲ್ಲಿ ಫ್ರೆಂಚರ ಜೊತೆಗೂಡಿ ಟಿಪ್ಪು ಸುಲ್ತಾನನ್ನು ನಾಲ್ಕನೇ ಆಂಗ್ಲೋ ಮೈಸೂರು ಕದನದಲ್ಲಿ ಕೊಂದರು.

ಮೈಸೂರಿನ ನಂತರ ಬ್ರಿಟಿಷರು ಮಹಾರಾಷ್ಟ್ರವನ್ನು ತಮ್ಮ ಸುಪರ್ದಿಗೆ ತೆಗೆದುಕೊಂಡರು. ಬ್ರಿಟಿಷರ ಆಡಳಿತ ಇಡೀ ಭಾರತವನ್ನೇ ಹಬ್ಬಿತು, ಎಲ್ಲೆಡೆ ಭಾರತೀಯರ ಶೋಷಣೆ, ಹತ್ಯಾಕಾಂಡಗಳು ಎಲ್ಲೇ ಇಲ್ಲದೆ ಸಾಗಿದವು. ಹೈದ್ರಾಬಾದಿನ ಖ್ಯಾತ ಕೊಹಿನೂರು ವಜ್ರವನ್ನು 1849ರಲ್ಲಿ ಪಂಜಾಬಿನ ರಾಜ ರಂಜಿತ್ ಸಿಂಗ್ ಮರಣದ ನಂತರ ಅವನ ಕೊನೆ ಆಸೆಯಂತೆ ಪೂರಿ ಜಗನ್ನಾಥನ ದೇವಾಲಯಕ್ಕೆ ನೀಡುವ ಬದಲಾಗಿ ಬ್ರಿಟಿಷರು ಅದನ್ನು ಕದ್ದೊಯ್ದು ಇಂಗ್ಲೆಂಡಿನ ರಾಣಿ ವಿಕ್ಟೋರಿಯಾಗೆ ನೀಡಿದರು.

ಬ್ರಿಟಿಷರು ಭಾರತೀಯರಿಗೆ ನೀಡುತ್ತಿರುವ ಶೋಷಣೆಯಿಂದ ಹಲವು ರಾಜರುಗಳು ಬ್ರಿಟಿಷರ ವಿರುದ್ಧ ತಿರುಗಿ ಬಿದ್ದರು, ಇದರ ಪ್ರತಿಫಲವಾಗಿ ಶುರವಾಗಿದ್ದು ಭಾರತದ ಸ್ವಾತಂತ್ರ್ಯ ಸಂಗ್ರಾಮ -1857 ಅಥವಾ ಸಿಪಾಯಿ ದಂಗೆ.

ಮಂಗಲ್ ಪಾಂಡೆ

1857ರಲ್ಲಿ ಕಲ್ಕತ್ತಾದ ಬರಖಾಪುರ್ ಬ್ರಿಟಿಷ್ ಸೈನ್ಯಕ್ಕೆ ಹೊಸ ಕಾರ್ಟ್ರಿಜ್ಗಳನ್ನು (ಗನ್ ಪೌಡರ್ ಬಾಕ್ಸ್) ಭಾರತದಲ್ಲಿ ಪರಿಚಯಿಸಿದರು, ಕಾರ್ಟ್ರಿಜಿನ ಮುಚ್ಚುಳವನ್ನು ಹಲ್ಲಿನಿಂದ ಕಿತ್ತು ಅದರಲ್ಲಿದ್ದ ಗನ್ ಪೌಡೆರನ್ನು ಬಂಧೂಕಿನಲ್ಲಿ ಹಾಕಿ ಶೂಟ್ ಮಾಡಬೇಕಿತ್ತು. ಆದರೆ ಈ ಮುಚ್ಚುಳಕ್ಕೆ ಗ್ರೀಸ್ ಹಚ್ಚಿ ಪ್ಯಾಕ್ ಮಾಡಿರುತ್ತಿದ್ದರು, ಆ ಗ್ರೀಸನ್ನು ಭಾರತೀಯರ ಮಾತ್ರ

ಸ್ವರೂಪವಾದ ಗೋ ಮಾತೆಯ ಮಾಂಸದಿಂದ ಮಾಡಲಾಗುತ್ತಿತ್ತು. ಇದನ್ನರಿತ ಬ್ರಿಟಿಷ್ ಸೈನ್ಯದಲ್ಲಿದ್ದ ಭಾರತೀಯರು ಹೊಸ ಕಾರ್ಟ್ರಿಜ್ಗಳನ್ನು ವಿರೋಧಿಸಿದರು, ಇದರ ನೇತೃತ್ವ ವಹಿಸದವನೇ ಭಾರತ ಮೊದಲ ಕ್ರಾಂತಿಕಾರಿ "ಮಂಗಲ್ ಪಾಂಡೆ ".

ಮಂಗಲ್ ಪಾಂಡೆ ಬ್ರಿಟಿಷರ ವಿರುದ್ಧ ಮೊಟ್ಟ ಮೊದಲು ನಿಂತ ವೀರ ಭಾರತೀಯ. ಹಲವು ಬ್ರಿಟಿಷ್ ಅಧಿಕಾರಿಗಳನ್ನು ಕೊಂದು, ಇನ್ನೇನು ಸೆರೆ ಸಿಕ್ಕುವ ಅಂಚಿನಲ್ಲಿದ್ದಾಗ ತನ್ನ ಬಂಧೂಕಿನಿಂದ ಗುಂಡು ಹಾರಿಸಿಕೊಂಡು ಆತ್ಮಹತ್ಯೆಗೆ ಯತ್ನಿಸಿದಾಗ ಬ್ರಿಟಿಷರು ಅವನನ್ನು ಬಂಧಿಸಿ ಗಲ್ಲಿಗೇರಿಸಿದರು, ಹೀಗೆ ಮಂಗಲ್ ಪಾಂಡೆ ಭಾರತದ ಸ್ವಾತಂತ್ರ್ಯಕ್ಕೆ ಮೊದಲ ಬಲಿದಾನ ನೀಡಿದ. ಇದರಿಂದ ಪ್ರೇರಿಪಿತಗೊಂಡ ಹಲವು ರಾಜ್ಯಗಳು ಬ್ರಿಟಿಷರ ವಿರುದ್ಧ ಯುದ್ಧ ಸಾರಿದವು. ಇದರಲ್ಲಿ ಪ್ರಮುಖವಾಗಿ ಮರಾಠ ರಾಜರುಗಳಾದ ನಾನಾ ಸಾಹೇಬ್, ತಾಂಥ್ಯಾ ಟೋಪೆ ಕಾನ್ಪುರದ ಕದನದಲ್ಲಿ ಹೋರಾಡಿ ಸೋಲೊಪ್ಪಿಕೊಂಡರು. ಝಾನ್ಸಿ ರಾಣಿ ಲಕ್ಷ್ಮಿ ಭಾಯಿ ಬ್ರಿಟಿಷರ ವಿರುದ್ಧ ಸಮರ ಸಾರಿ ವೀರ ಹೋರಾಟ ಮಾಡಿ ಯುದ್ಧ ಭೂಮಿಯಲ್ಲಿ ಮೃತಪಟ್ಟಳು. ಹೀಗೆ ಹಲವು ರಾಜರುಗಳು ಬ್ರಿಟಿಷರ ವಿರುದ್ಧ ಹೋರಾಟ ಮಾಡಿದರೆ ಹೊರತು ಗೆಲುವು ಸಿಗಲಿಲ್ಲ. ನಂತರದ 30 ವರ್ಷಗಳು ಭಾರತೀಯರ ಪಾಲಿಗೆ ನರಕ ತಂದೊಡ್ಡಿದ್ದವು.

ಝಾನ್ಸಿ ರಾಣಿ ಲಕ್ಷ್ಮಿ ಭಾಯಿ

ಇದರ ನಂತರ ಬ್ರಿಟಿಷರ ವಿರುದ್ಧ ಧ್ವನಿ ಎತ್ತಿದವರನ್ನು ಗಲ್ಲಿಗೇರಿಸಲಾಗುತ್ತಿತ್ತು ಅಥವಾ ಅಂಡಮಾನಲ್ಲಿರುವ ಸೆಲ್ಯುಲಾರ್ ಜೈಲಿನಲ್ಲಿ ನರಕ ಯಾತನೆ ನೀಡಲಾಗುತ್ತಿತ್ತು.

ಭಾರತದ ಪಟ್ಟ ಬದ್ಧ ಹಿತಾಸಕ್ತಿಗಳ ಗುಂಪೊಂದು ಇದರ ವಿರುದ್ಧ ರಾಜಕೀಯ ಹೋರಾಟಕ್ಕೆಂದು 1885ರಲ್ಲಿ ಕಾಂಗ್ರೆಸ್ ಪಕ್ಷವನ್ನು ಸ್ಥಾಪಿಸಿದರು. ಆದರೆ ಆ ಹಂತದಲ್ಲಿ ಕಾಂಗ್ರೆಸ್ಸಿನ ಮಾತುಗಳು ಕೇವಲ ಭಾಷಣಕ್ಕೆ ಸೀಮಿತವಾಗಿದ್ದವು. ಬ್ರಿಟಿಷರು ಇದರಿಂದ ಸ್ವಲ್ಪವೂ ಕೂಡ ತಲೆ ಕೆಡಿಸಿಕೊಂಡಿರಲಿಲ್ಲ. 1915ರಲ್ಲಿ ಮಹಾತ್ಮಾ ಗಾಂಧೀಜಿ ದಕ್ಷಿಣ ಆಫ್ರಿಕಾದ ಹೋರಾಟದಿಂದ ಭಾರತೀಯ ಸ್ವಂತಂತ್ರ್ಯ ಹೋರಾಟಕ್ಕೆ ಆಗಮಿಸಿ ಹೋರಾಟಕ್ಕೆ ಚುರುಕು ನೀಡಿದರು.

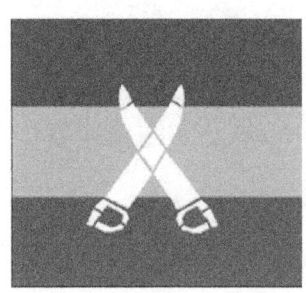

``ಗಾಧರ್'' ಪಕ್ಷದ ಲಾಂಛನ

1913ರಲ್ಲಿ ಹಲುವು ಸಿಖ್ ನವಯುವಕರು ಹಾಗೂ ವಿದೇಶಗಳಲ್ಲಿ ವಿದ್ಯಾಭ್ಯಾಸ ಮಾಡುತ್ತಿರುವವರು ಸೇರಿ ಭಾರತಕ್ಕೆ ಸ್ವಾತಂತ್ರ್ಯ ತಂದು ಕೊಡುವ ನಿಟ್ಟಿನಲ್ಲಿ ಒಂದು ಕ್ರಾಂತಿಕಾರಿ ಪಕ್ಷವಾದ ``**ಗಾಧರ್**'' ಪಕ್ಷದ ರಚನೆಯಾಯಿತು. ಗಾಧರ್ ಪಕ್ಷದ ಖ್ಯಾತಿ ದೇಶ ವಿದೇಶಗಳಲ್ಲಿ ಹಬ್ಬಿತು, ಇದರ ನೇತೃತ್ವ ವಹಿಸಿದವನು ಕೇವಲ 17ರ ಪ್ರಾಯದ ಹುಡುಗ ಅಪ್ರತಿಮ ದೇಶ ಪ್ರೇಮಿ **ಕರ್ತಾರ್ ಸಿಂಗ್ ಸರಾಭ**. ಗಾಧರ್ ಪಕ್ಷ ಹಲವು ಬ್ರಿಟಿಷ್ ಅಧಿಕಾರಿಗಳನ್ನು ಕೊಂದಿತು, ಇದರಿಂದ ಕುಪಿತಗೊಂಡ ಬ್ರಿಟಿಷ್ ಸರ್ಕಾರ ಕರ್ತಾರ್ ಸಿಂಗ್ ಸರಾಭ ಸೇರಿದಂತೆ ಗಾಧರ್ ಪಕ್ಷದೊಡನೆ ಗುರುತಿಸಿಕೊಂಡಿದ್ದ ಎಲ್ಲಾ

ಭಾರತೀಯರಿಗೂ ಗಲ್ಲು ಶಿಕ್ಷೆ ಅಥವಾ ಕಠಿಣ ಕಾರಾಗೃಹ ಶಿಕ್ಷೆ ನೀಡಲಾಯಿತು. 1919ರಲ್ಲಿ ಗಾಧರ್ ಪಕ್ಷವು ನೆಲಕಚ್ಚಿತ್ತು.

ಬ್ರಿಟಿಷರ ಧೌರ್ಜನ್ಯ ಎಲ್ಲೆ ಮೀರಿತ್ತು, 1919ರಲ್ಲಿ ಜಲಿಯನ್ ವಾಲಾ ಬಾಗ್ನಲ್ಲಿ ಸಿಖ್ ಸಮುದಾಯದ ಚಿಂತನ ಕಾರ್ಯಕ್ರಮದಲ್ಲಿ ದಿಢೀರ್ ಆಗಮಿಸಿದ ಬ್ರಿಟಿಷ್ ಅಧಿಕಾರಿ ಡೇಯರ್, ಜಲಿಯನ್ ವಾಲಾ ಬಾಗಿನ ಎಲ್ಲಾ ಗೇಟ್

ಜಲಿಯನ್ ವಾಲಾ ಬಾಗ್ ಹತ್ಯಾಕಾಂಡ

ಗಳನ್ನು ಮುಚ್ಚಿಸಿ ಮನಬಂದಂತೆ ಶೂಟ್ ಮಾಡಲು ಆಜ್ಞೆ ನೀಡಿದ, ಅಂದು ಭಾರತೀಯರ ಮಾರಣಹೋಮ ನಡೆದಿತ್ತು ಜನರು ದಿಕ್ಕು ತೋಚದಂತಾಗಿ ತಪ್ಪಿಸಿಕೊಳ್ಳಲು ಅಲ್ಲಿದ್ದ ಭಾವಿಗೆ ಬಿದ್ದು ಎಷ್ಟೋ ಜನ ಮೃತ ಪಟ್ಟರು , ಒಟ್ಟು 1500 ಅಮಾಯಕ ಸಿಖ್ ಜನರನ್ನು ಬ್ರಿಟಿಷ್ ಸರ್ಕಾರ ಬಲಿ ತೆಗೆದುಕೊಂಡಿತ್ತು. ಇದಕ್ಕೆ ದೇಶದೆಲ್ಲೆಡೆಯಿಂದ ವ್ಯಾಪಕ ವಿರೋಧ ವ್ಯಕ್ತವಾಗಿತ್ತು.

ಜಲಿಯನ್ ವಾಲಾ ಬಾಗಿನಲ್ಲಿ ಒಬ್ಬ ಹುಡುಗ ದಣಿದ ಜನರಿಗೆ ನೀರು ಕೊಡುವ ಕೆಲಸ ಮಾಡುತ್ತಿದ್ದ, ಆ ಹತ್ಯಾಕಾಂಡದಲ್ಲಿ ಅವನು ತನ್ನ ತಂದೆ, ತಾಯಿ, ಬಂಧು ಬಳಗ ಎಲ್ಲವನ್ನೂ ಕಳೆದುಕೊಂಡ, ಹೇಗಾದರೂ ಮಾಡಿ ಡೇಯರ್ ವಿರುದ್ಧ ಸೇಡು ತೀರಿಸಿಕೊಳ್ಳಲೇಬೇಕು ಎಂದು ಪಣ ತೊಟ್ಟಿದ್ದ, 21 ವರ್ಷಗಳ ಕಾಲ ತನ್ನ ಸೇಡನ್ನು ಹೊಟ್ಟೆಯಲ್ಲಿ ಇಟ್ಟುಕೊಂಡಿದ್ದ ಆತ ಕೊನೆಗೊ 1940ರಲ್ಲಿ ಅದೇ ಬ್ರಿಟಿಷರ ದೇಶಕ್ಕೆ ಹೋಗಿ ಎಲ್ಲರ ಸಮ್ಮುಖದಲ್ಲಿ ಡೇಯರನ್ನು ಗುಂಡು ಹಾರಿಸಿ ಹತ್ಯೆ ಮಾಡಿ ಎಲ್ಲರ ಆತ್ಮಗಳಿಗೆ ಶಾಂತಿ ಕರುಣಿಸಿದ್ದ, ಆದರೆ ಬ್ರಿಟಿಷರು ಅದಾದ ಎರಡೇ ತಿಂಗಳುಗಳಲ್ಲಿ ಅವನನ್ನು ಗಲ್ಲಿಗೇರಿಸಿದ್ದರು. ಆ ಯುವಕನ ಹೆಸರೇ "ಸರ್ದಾರ್ ಉದ್ದಮ್ ಸಿಂಗ್". ಉದ್ದಮ್ ಸಿಂಗ್ ಇಂದಿಗೂ ಅಜರಾಮರ..

ಜಲಿಯನ್ ವಾಲಾ ಬಾಗಿನ ಹತ್ಯಾಕಾಂಡದಿಂದ ಕುಪಿತಗೊಂಡ ಗಾಂಧೀಜಿ ಅಸಹಯೋಗ ಆಂಧೋಲನಕ್ಕೆ ಚಾಲನೆ ನೀಡಿದರು. ಯಾವುದೇ ಬ್ರಿಟಿಷ್ ವಸ್ತುಗಳ್ಳನ್ನು ಉಪಯೋಗಿಸುವುದನ್ನು ನಿರಾಕರಿಸಿದರು ಹಾಗೂ ಎಲ್ಲಾ ಬ್ರಿಟಿಷ್ ಶಾಲಾ ಕಾಲೇಜುಗಳ್ಳಲ್ಲಿ ವಿದ್ಯಾಭ್ಯಾಸ ಮಾಡುತ್ತಿದ್ದ ವಿದ್ಯಾರ್ಥಿಗಳು ತಮ್ಮ ಕಾಲೇಜು ತ್ಯಜಿಸಿದರು, ಸರ್ಕಾರಿ ನೌಕರರು ತಮ್ಮ ನೌಕರಿ ಬಿಟ್ಟರು. ಆದರೆ ಚೌರ ಚೋರಿಯಲ್ಲಿ ನಡೆದ ಆಂಧೋಲನದಲ್ಲಿ ಭಾರತೀಯರು ಬ್ರಿಟಿಷ್ ಪೊಲೀಸ್ ಠಾಣೆಗೆ ಬೆಂಕಿ ಹಚ್ಚಿದರು, ಈ ಭಾರತೀಯರ ವರ್ತನೆಯಿಂದ ಮನನೊಂದ ಗಾಂಧೀಜಿ ಅಸಹಯೋಗ ಆಂಧೋಲನವನ್ನು ಹಿಂದಕ್ಕೆ ಪಡೆದರು. ಇದಕ್ಕೆ ಕಾಂಗ್ರೆಸ್ ಪಕ್ಷದಿಂದಲೇ ವಿರೋಧ ವ್ಯಕ್ತವಾಯಿತು. ಆಗ ಬಹಳಷ್ಟು ಕಾರ್ಯಕರ್ತರು ಕಾಂಗ್ರೆಸ್ ತೊರೆದು ಕ್ರಾಂತಿಕಾರಿಗಳಾದರು.

ಇಂತಹ ಕ್ರಾಂತಿಕಾರಿಗಳಲ್ಲೊಬನೇ ನಮ್ಮ ಅಷ್ಫಾಕ್ ಉಲ್ಲಾ ಖಾನ್.

ಯಾರು ಈ ಅಷ್ಫಾಕ್ ಉಲ್ಲಾ ಖಾನ್–

ಅಷ್ಫಾಕ್ ಉಲ್ಲಾ ಖಾನ್ ಒಬ್ಬ ಅಪ್ರತಿಮ ದೇಶಪ್ರೇಮಿ, ದೇಶಕ್ಕೋಸ್ಕರ ತನ್ನ ಪ್ರಾಣ ತ್ಯಾಗ ಮಾಡಿದ ಕ್ರಾಂತಿ ವೀರ. ಉತ್ತರ ಪ್ರದೇಶದ ಷಹಜಹಾನ್ಪುರಕ್ಕೆ ಸೇರಿದ ಈತ, ಕ್ರಾಂತಿಕಾರಿ ರಾಮ್ ಪ್ರಸಾದ್ ಬಿಸ್ಮಿಲ್ಲರೊಡನೆ ಆಕರ್ಷಿತಗೊಂಡು ಅವರ ಕ್ರಾಂತಿಕಾರಿ ಸಂಘಕ್ಕೆ ಸೇರಿದನು.

ಅಷ್ಫಾಕ್ ಉಲ್ಲಾ ಖಾನ್

ಕ್ರಾಂತಿಕಾರಿ ದಳದ ನಿರ್ವಹಣೆಗಾಗಿ ಈ ಗುಂಪಿನ ಸದಸ್ಯರು ಸರ್ಕಾರಿ ಹಣವನ್ನು ದರೋಡೆ ಮಾಡಲು ನಿರ್ಧರಿಸಿ, ರೈಲಿನಲ್ಲಿ ರವಾನೆಯಾಗುತ್ತಿದ್ದ ಸರ್ಕಾರದ ಹಣವನ್ನು ಕ್ರಾಂತಿಕಾರಿ ಗುಂಪಿನ ಸದಸ್ಯರು ರೈಲಿನ ಚೈನ್ ಎಳೆದು ರೈಲನ್ನು ನಿಲ್ಲಿಸಿ, ರೈಲಿನಲ್ಲಿದ್ದ ಸರ್ಕಾರಿ ಹಣವನ್ನು ದೋಚಿದ್ದರು. ನಂತರ ಪೊಲೀಸರು ಕೆಲ ಕ್ರಾಂತಿಕಾರಿಗಳಿಗೆ ಹಣದ ಆಸೆ ತೋರಿಸಿ ಅವರ ಸಂಘದಲ್ಲಿದ್ದ ಕಾರ್ಯಕರ್ತರನ್ನು ಸೆರೆ ಹಿಡಿದಿದ್ದರು, ಅವರಲ್ಲಿ ಅಷ್ಫಾಕ್ ತಪ್ಪಿಸಿಕೊಂಡು ನೇಪಾಳ, ಭೂಪಾಲ್, ಕಾನ್ಪುರ ಹಾಗೂ ಲಖನೌಗಳಲ್ಲಿ ಗುಪ್ತ ಹೆಸರಿನಿಂದ ತಲೆ ಮರಿಸಿಕೊಂಡಿದ್ದ, ಆದರೆ ಒಬ್ಬ ಪ್ರಾಣ ಸ್ನೇಹಿತ ನಿನ್ನನ್ನು ರಷ್ಯಾಗೆ ಕಳಿಸುತ್ತೇನೆ ಎಂದು ಹೇಳಿ ಅವನನ್ನು ದೆಹಲಿಗೆ ಕರಿಸಿಕೊಂಡು, ಪೊಲೀಸರಿಗೆ ಹಿಡಿದುಕೊಟ್ಟಿದ್ದ. ಪೊಲೀಸರು ಅಷ್ಫಾಕನಿಗೆ ತಪ್ಪೊಪ್ಪಿಕೊಂಡು ಕ್ಷಮಾಪಣೆ ಪತ್ರ

ಬರೆದುಕೊಟ್ಟರೆ ಅವನನ್ನು ಬಿಡುಗಡೆ ಮಾಡುವುದಾಗಿ ಹೇಳಿದರು, ಆದರೆ ಕೆಚ್ಚೆದೆಯ ಅಷ್ಫಾಕ್, 'ನಾನು ಈ ದೇಶಕ್ಕಾಗಿ ಸಾಯಲು ಹುಟ್ಟಿರುವವನು, ಬಿಡುಗಡೆಗಿಂತ ನನಗೆ ಮರಣದಂಡನೆಯೇ ಸಿಗಲಿ' ಎಂದು, ಪೊಲೀಸರ ಮಾತನ್ನು ತಿರಸ್ಕರಿಸಿ 19 ಡಿಸೆಂಬರ್ 1925ರಂದು ಗಲ್ಲಿಗೇರಲ್ಪಟ್ಟನು. ಇವನ ಜೀವನದಲ್ಲಿ ನಡೆದ ಸತ್ಯಘಟನೆಗಳೇ '**ನಮ್ಮ ಅಷ್ಫಾಕ್**' ಎಂಬ ಪುಸ್ತಕದ ರೂಪದಲ್ಲಿ ಮೂಡಿ ಬಂದಿದೆ.

ಅಷ್ಫಾಕ್ ಉಲ್ಲಾ ಖಾನ ದೇಶ ಪ್ರೇಮ

ಹೊರಟಿರುವೆ ನಾ ದೂರ ಮರಳಿ ಬಾರದ ಲೋಕಕೆ
ಸ್ವಾತಂತ್ರ್ಯದ ಕಿಚ್ಚನ್ನು ಎದೆಯಲ್ಲಿಟ್ಟುಕೊಂಡೇ ಹೊರಟಿರುವೆ
ಆಸೆಯೊಂದಿತ್ತು ಮನದಲಿ ಸ್ವತಂತ್ರ ಭಾರತಾಂಭೆಯನ್ನು ನೋಡಲು
ಮನವಿರುವುದು ಇಲ್ಲೇ, ಭಾರತಾಂಭೆಯ ಮಡಿಲಲ್ಲೇ......
ಬಿಸ್ಮಿಲ್ ಒಬ್ಬ ಹಿಂದೂ ಸದಾ ಹೇಳುವ...
" ಮತ್ತೆ ಬರುವೆ ನಾ ಮತ್ತೆ ಬರುವೆ,
ಭಾರತಾಂಭೆಯ ಸ್ವಾತಂತ್ರಕ್ಕೆ ಮರಳಿ ಸಾಯುವೆ"
ಆದರೆ ನಾ ಮುಸಲ್ಮಾನ, ಪುನರ್ಜನ್ಮವನ್ನು ನಂಬಲಾರೆ
ಪ್ರತ್ಯಕ್ಷನಾದರೆ ಭಗವಂತ, ನಾ ಕೇಳುವೆ ಪುನರ್ಜನ್ಮವನು
ಸ್ವಾತಂತ್ರ್ಯವನ್ನು ಕೊಡಿಸೇ ಸಾಯುವೆನು..

----ಅಷ್ಫಾಕ್ ಉಲ್ಲಾ ಖಾನ

ಅಧ್ಯಾಯ

1. ಜನನ ಮತ್ತು ಶಿಕ್ಷಣ

ಅಷ್ಫಾಕ್ ನೆಲೆಸಿದ್ದ ಷಹಜಹಾನ್ಪುರದ ಮನೆ

ಅಷ್ಫಾಕ್ ತನ್ನ ಪುಟ್ಟ ಪುಟ್ಟ ಕಣ್ಣುಗಳನ್ನು ತೆರೆದು ಪ್ರಪಂಚ ನೋಡುವ ಸಮಯದಲ್ಲಿ ಭಾರತ ಸಂಪೂರ್ಣ ಬ್ರಿಟಿಷರ ಆಡಳಿತದಲ್ಲಿತ್ತು, ದೇಶದೆಲ್ಲೆಡೆ ಹಿಂಸೆ ಸಾಮಾನ್ಯ ದೃಶ್ಯವಾಗಿತ್ತು, ಇದನ್ನು ನೋಡುತ್ತಿದ್ದ ದೇಶಪ್ರೇಮಿಗಳ ಕಣ್ಣುಗಳು ತುಂಬಿ ಬರುತ್ತಿದ್ದವು. ನಾಲ್ಕು ದಿಕ್ಕುಗಳಲ್ಲೂ ಬ್ರಿಟಿಷರ ಅಟ್ಟಹಾಸ ಎಲ್ಲೇ ಮೀರಿತ್ತು, ಯಾರಾದರೂ ಅವರನ್ನು ವಿರೋಧಿಸಿದರೆ ಅವಿರಿಗೆ ಕಠಿಣ ಕಾರಾಗೃಹ ಶಿಕ್ಷೆ ಅಥವಾ ಮರಣದಂಡನೆ ನೀಡಲಾಗುತ್ತಿತ್ತು. ಇದೇ ಸಮಯದಲ್ಲಿ ದೇಶದೆಲ್ಲೆಡೆ ಸಣ್ಣ ಸಣ್ಣ ಕ್ರಾಂತಿಕಾರಿಗಳ ಗುಂಪುಗಳು ಆರಂಭಗೊಂಡವು, ಬ್ರಿಟಿಷರನ್ನು ಓಡಿಸಲು ಕ್ರಾಂತಿಕಾರಿಗಳು ತಮ್ಮ ಸರ್ವ ಬಲಿದಾನಗಳಿಗೂ ಸನ್ನದ್ಧರಾಗಿದ್ದರು.

ಕ್ರಾಂತಿಕಾರಿ ಅಷ್ಫಾಕ್ ಉಲ್ಲಾನ ಪೂರ್ವಜರು ಅಫ್ಘಾನಿಸ್ಥಾನ ಮೂಲದವರು, ಮೊಘಲರ ಆಡಳಿತಾವಧಿಯಲ್ಲಿ ಉತ್ತರ ಪ್ರದೇಶದ ಷಹಜಹಾನ್ಪುರ ಎಂಬ ಗ್ರಾಮದಲ್ಲಿ ಬಂದು ನೆಲೆಸಿದ್ದರು.

<u>ತನ್ನ ಕೊನೆ ದಿನಗಳಲ್ಲಿ ಜೈಲಿನಲ್ಲಿದ್ದ ಅಷ್ಫಾಕ್ ಅವರ ಕುಟುಂಬದ ಬಗ್ಗೆ ಹೀಗೆ ಹೇಳಿದ್ದ.</u>

"ನಮ್ಮದು ಸಾಮಾನ್ಯ ಮಾಧ್ಯಮ ವರ್ಗದ ಕುಟುಂಬ, ತಂದೆ ಶಫೀಕ್ ಉಲ್ಲಾ ಖಾನ್ ಹಾಗೂ ತಾಯಿ ಮುಜಹರ್ ಉಲ್ ನಿಶಾ ಬೇಗಂ. ಆರ್ಥಿಕವಾಗಿ ಸುಸ್ಥಿತಿಯಲ್ಲಿಲ್ಲದಿದ್ದರೂ ನಮ್ಮ ಮನೆಯಲ್ಲಿ ಪ್ರೀತಿಗೆ ಯಾವುದೇ ಕೊರತೆಯಿರಲಿಲ್ಲ, ನಿತ್ಯವೂ ರಾತ್ರಿಯ ಊಟ ಮನೆಯ ಹೊರಗಿನ ಪಡಸಾಲೆಯಲ್ಲಿ ಚಂದ್ರನ ಬೆಳಕಿನಲ್ಲಿ ನಡೆಯುತ್ತಿತು, ನಾನು ಕೊನೆಯ ಮಗನಾದ್ದರಿಂದ ಮನೆಯ ಎಲ್ಲರೂ ನನ್ನನ್ನು ಪ್ರೀತಿಸುತ್ತಿದ್ದರು, ಬಹಳ ತುಂಟನಾಗಿದ್ದರಿಂದ ನನ್ನನ್ನು ಇಂಗ್ಲಿಷ್ ಶಾಲೆಯಿಂದ ತೆಗೆದು ಷಹಜಹಾನ್ಪುರದ ಒಂದು ಉರ್ದು ಶಾಲೆಗೆ ಸೇರಿಸಿದರು. ಒಂದು ಹಳೇ ಕೊಠಡಿ, ಅಲ್ಲಿ ನಮ್ಮ ಮೌಲ್ವಿ ಸಾಹೇಬರರು ನನ್ನಂತಹ 20-30 ಮಕ್ಕಳಿಗೆ ಉರ್ದು ಹೇಳಿ ಕೊಡುತ್ತಿದ್ದರು, ಆದರೆ ಈಗ ಆ ಶಾಲೆಯಲ್ಲಿ ಇಂಗ್ಲಿಷ್ ಹೇಳಿಕೊಡುತ್ತಿದ್ದಾರೆ, ಮೌಲ್ವಿ ಸಾಹೇಬರ ಬದಲಾಗಿ ಅಲ್ಲಿ ಈಗ ಮಾಸ್ಟರ್ ಸಾಹೇಬರು ಬಂದಿದ್ದಾರೆ".

"ನನ್ನ ತಾಯಿಯ ಮನೆಯವರು ದೇಶದ ಸ್ವಾತಂತ್ರ್ಯಕ್ಕಾಗಿ 1857ರ ಸಂಗ್ರಾಮದಲ್ಲಿ ಹೋರಾಡಿದ್ದರು, ಆದರೆ ಈಗ ಅವರ ಮಕ್ಕಳೆಲ್ಲ ಉತ್ತಮ ಸರ್ಕಾರಿ ನೌಕರಿ ಮಾಡುತ್ತಾ ಬ್ರಿಟಿಷರ ಸೇವೆ ಮಾಡುತ್ತಿದ್ದಾರೆ, ನನ್ನ ಮಾವ ಒಬ್ಬರು ಸಬ್ ಇನ್ಸ್ಪೆಕ್ಟರ್ ಆಗಿದ್ದರು. ಅವರನ್ನು ಕಂಡರೆ ನಾವೆಲ್ಲಾ ಆಗ ಬಹಳ ಭಯ ಪಡುತ್ತಿದ್ದೆವು, ಅವರ ತಂದೆ ಸ್ವಾತಂತ್ರ್ಯ ಹೋರಾಟದಲ್ಲಿ ಪ್ರಾಣ ತೆತ್ತಿದ್ದರು. ಹೇಗೋ ನಾನು ದೊಡ್ಡವನಾಗುವಷ್ಟರಲ್ಲಿ ಅವರು ನಿವೃತ್ತಿ

ಹೊಂದಿದ್ದರು. ನನಗೆ ನನ್ನ ಬಾಲ್ಯದಲ್ಲಿ ಸ್ನೇಹಿತರ ಜೊತೆ ಆಟವಾಡಿದ್ದು ಈಗಲೂ ನೆನಪಿದೆ, ಒಮ್ಮೆ ನನ್ನ ಸ್ನೇಹಿತನ ಜೊತೆ ಜಗಳವಾಡಿ ಅವನಿಗೆ ಹೊಡೆದು ಬಂದಿದ್ದೆ, ಹೇಗೋ ಈ ವಿಷಯ ನನ್ನಪ್ಪನಿಗೆ ತಿಳಿದು ನನಗೆ ಸರಿಯಾಗಿ ಬಾರಿಸಿದ್ದರು, ನೆನೆಸಿಕೊಂಡರೆ ಈಗಲೂ ಮುಗುಳ್ನಗೆ ಬರುತ್ತಿದೆ, ಬೇಸರವೂ ಇದೆ, ಎಲ್ಲಿ ಹೋದವು ನನ್ನ ಬಾಲ್ಯ, ಎಲ್ಲಿ ನನ್ನ ತುಂಠತನ...ಅದೇಲ್ಲಾ ಈಗ ಬರೀ ನೆನಪು ಮಾತ್ರ".

ಈಗ ಬ್ರಿಟಿಷ್ ಸರ್ಕಾರ ನನ್ನನ್ನು ಒಬ್ಬ ದೇಶ ದ್ರೋಹಿ, ಭಯೋತ್ಪಾದಕ ಎಂದು ಬಿಂಬಿಸಿದೆ, ನನಗೆ ನನ್ನ ಹಿಂದೂಸ್ತಾನದ ಜನಗಳ ಮೇಲೆ ಸಂಪೂರ್ಣ ನಂಬಿಕೆ ಇದೆ, ನಾನು ನನ್ನ ದೇಶದ ಸ್ವಾತಂತ್ರ್ಯಕ್ಕಾಗಿ ಹೋರಾಡಿ ಜೈಲು ಸೇರಿರುವೆ, ನನಗಿಂದು ಮರಣದಂಡನೆ ಶಿಕ್ಷೆಯಾಗಿದೆ, ಇದರಿಂದ ನನಗೆ ಕಿಂಚಿತ್ತು ಬೇಸರವಿಲ್ಲ, ಬದಲಾಗಿ ನನಗೆ ಹೆಮ್ಮೆ ಇದೆ. ಯಾವೊದೋ ಕೆಟ್ಟ ಕೆಲಸ ಮಾಡಿ ನಾನು ಜೈಲು ಸೇರಿಲ್ಲ, ಒಬ್ಬ ವೀರ ಕ್ರಾಂತಿಕಾರಿಯಾಗಿ ಜೈಲಿನಲ್ಲಿದ್ದೇನೆ. ನಮ್ಮ ಷಹಜಹಾನ್ಪುರದಲ್ಲಿ ಬಹಳಷ್ಟು ಜನ ನನ್ನ ಮನೆಗೆ ನುಗ್ಗಿ ನನ್ನ ಮನೆಯವರಿಗೆ ಹಿಂಸೆ ಕೊಡುತ್ತಿದ್ದಾರೆ, ಅವರಿಗೆ ಭಗವಂತ ಎಂದಿಗೂ ಒಳ್ಳೆಯದು ಮಾಡುವುದಿಲ್ಲ. ನಮ್ಮಲ್ಲೇ ಎಷ್ಟೋ ನಯವಂಚಕರಿದ್ದಾರೆ, ಭಾರತೀಯರೇ ಆಗಿ ನಮ್ಮಂಥ ಕ್ರಾಂತಿಕಾರಿಗಳ ಬೆನ್ನಿಗೆ ಚೂರಿ ಹಾಕಿ ಬ್ರಿಟಿಷರ ಎಂಜಲು ತಿನ್ನುವ ಕೆಲಸ ಮಾಡುತ್ತಿದ್ದಾರೆ. ನನ್ನ ಬಲಿದಾನದಿಂದ ಅವರಿಗೆ ನಾಚಿಕೆಯಾಗಬೇಕು, ನನ್ನ ಸಾವಿನ ನಂತರ ಅವರು ಬದಲಾದರೆ ನನ್ನ ಬಲಿದಾನಕ್ಕೆ ಒಂದು ಅರ್ಥ ಸಿಕ್ಕಂತೆ.

ಅಷ್ಫಾಕನ ಜನನ 22 ಅಕ್ಟೋಬರ್ 1900ರಂದು ಉತ್ತರ ಪ್ರದೇಶದ ಷಹಜಹಾನ್ಪುರದಲ್ಲಿ ಆಯಿತು. ತಂದೆ ಶಫೀಕ್‌ಉಲ್ಲಾ ತಾಯಿ ಮುಜಹರ್ ಬೇಗಂ, ಅವರಿಗೆ ನಾಲ್ಕು ಗಂಡು ಮಕ್ಕಳು ಹಾಗೂ ಒಬ್ಬ ಹೆಣ್ಣು ಮಗಳು

ಪರ್ವರಿಶ್ ಬಾನು . ಮೊದಲ ಮಗನ ಹೆಸರು ರಿಯಾಸತ್ ಉಲ್ಲಾ ಖಾನ್,
ಎರಡನೆಯವನು ಶಾಖಿ ಉಲ್ಲಾ ಖಾನ್, ಮೂರನೆಯವನು ಷಹಜಹಾನ್
ಉಲ್ಲಾ ಖಾನ್, ನಾಲ್ಕನೆಯವನೇ ಅಷ್ಫಾಕ್ ಉಲ್ಲಾ ಖಾನ್ , ಮುಂದೊಂದು
ದಿನ ಇಡೀ ದೇಶವೇ ನಿಬ್ಬೆರಗಾಗುವಂಥ ಕ್ರಾಂತಿಕಾರಿಯಾಗಿ ಬೆಳೆದವನು.

ತನ್ನ ಶಾಲಾ ದಿನಗಳ ಬಗ್ಗೆ ಅಷ್ಫಾಕ್ ಒಮ್ಮೆ ಈ ರೀತಿ ವಿವರಿಸಿದ್ದಾನೆ.

"ನನ್ನ ಎಲ್ಲಾ ಅಣ್ಣಂದಿರಂತೆ ನನ್ನನ್ನು ಇಂಗ್ಲಿಷ್ ಶಾಲೆಗೆ ಮೊದಲು
ಸೇರಿಸಿದರು. ಅಲ್ಲಿ ನನಗೆ ಬಹಳಷ್ಟು ಸ್ನೇಹಿತರಿದ್ದರು, ನಾನೂ ಕೂಡ
ಅವರಿಗೆ ಸ್ನೇಹಿತನಾಗಿದ್ದೆ, ಆದರೆ ಭಗವಂತನ ಲೀಲೆ ಬೇರೆಯೇ ಇತ್ತು.
ಅದೇ ರೀತಿ ಒಬ್ಬ ನಂಬಿಕಸ್ಥ ಗೆಳೆಯನಿಂದ ನಾನಿಂದು ನೇಣುಗಂಬದ
ಮುಂದೆ ನಿಂತಿದ್ದೇನೆ, ನನ್ನ ಎಲ್ಲಾ ಕ್ರಾಂತಿಕಾರಿ ಚಟುವಟಿಕೆಗಳ ಬಗ್ಗೆ
ಅವನಿಗೆ ತಿಳಿದಿತ್ತು. ಅವನು ನನ್ನನ್ನು ಒಬ್ಬ ಅಣ್ಣನಂತೆ ಇಷ್ಟ ಪಡುತ್ತಿದ್ದ,
ಆದರೆ ಅವನೇ ಒಂದು ದಿನ ನನ್ನನು ಮೃತ್ಯುವಿನ ಕೂಪಕ್ಕೆ ತಳ್ಳುತ್ತಾನೆಂದು
ಕನಸಿನಲ್ಲಿಯೂ ಯೋಚಿಸಿರಲಿಲ್ಲ. ಅವನ ಹೆಸರು ಬರೆಯಲು ನಾನು ಇಷ್ಟ
ಪಡುವುದಿಲ್ಲ, ಅದರ ಅಗತ್ಯವೂ ಈಗ ಇಲ್ಲ. ತಿಳಿಯಬೇಕಾದವರಿಗೆ ಅವನ
ಹೆಸರು ತಿಳಿದಿದೆ, ಭಗವಂತನಿಗೆ ತಿಳಿದಿದೆ, ದೇವರು ಅವನಿಗೆ
ಒಳ್ಳೆಯದನ್ನು ಕರುಣಿಸಲಿ, ಅವನ ಮಕ್ಕಳು ಸಂತೋಷದಿಂದಿರಲಿ, ಅವನು
ನನ್ನನು ನಂಬಿಸಿ ಪೊಲೀಸರಿಗೆ ಹಿಡಿದುಕೊಟ್ಟಿದಕ್ಕೆ ಈಗಲೂ ಖೇದವಿದೆ.

ನಾನೊಬ್ಬ ಕ್ರಾಂತಿಕಾರಿಯಾಗಲು ಮೂಲ ಕಾರಣವೆ ಬ್ರಿಟಿಷ್
ಸರ್ಕಾರದ ದೌರ್ಜನ್ಯ. ಅವರು ನೀಡುತ್ತಿದ್ದ ಕಿರುಕುಳಗಳಿಂದ ಮನನೊಂದು
ನಾನೊಬ್ಬ ಕ್ರಾಂತಿಕಾರಿ ಆಗಬೇಕೆಂದು ನಿರ್ಧಾರ ಮಾಡಿದ್ದೆ. ಯಾವ ವ್ಯಕ್ತಿಗೆ
ನಿಜವಾದ ಪ್ರೀತಿ ಪ್ರೇಮದ ಅರ್ಥ ತಿಳಿದಿರುತ್ತದೋ ಅವನು ಮೊದಲು ತನ್ನ
ದೇಶವನ್ನು ಪ್ರೀತಿಸುತ್ತಾನೆ, ನಂತರ ಭಗವಂತನನ್ನು. ಅಂತಹ ದೇಶಪ್ರೇಮಿ
ತನ್ನ ತಾಯ್ನಾಡಿನ ಸ್ವಾತಂತ್ರ್ಯಕ್ಕಾಗಿ ಒಬ್ಬ ಕ್ರಾಂತಿಕಾರಿಯಾಗಿ ಬಹಳ

ಸುಲಭವಾಗಿ ಬದಲಾಗುತ್ತಾನೆ, ಯಾವುದೇ ಕಷ್ಟ, ಹಸಿವು, ನೋವುಗಳ ಲೆಕ್ಕ ಹಾಕುವುದಿಲ್ಲ, ದೇಶ ರಕ್ಷಣೆಯೇ ಅವನ ಮೊದಲ ಗುರಿಯಾಗಿರುತ್ತದೆ, ಇಂಗ್ಲಿಷ್ ಶಾಲೆಯ ನಂತರ ಅಷ್ಫಾಕನ ಶಿಕ್ಷಣ ಉರ್ದು ಶಾಲೆಯಲ್ಲಿ ಮುಂದುವರೆದಿತ್ತು, ಅಷ್ಫಾಕ್ ವಿದ್ಯಾಭ್ಯಾಸದಲ್ಲಿ ಭಹಳ ಚುರುಕಾಗಿದ್ದ, ಅದೇ ರೀತಿ ತುಂಟತನದಲ್ಲೂ ಸಹ ಮುಂದಿದ್ದ, ಮೌಲ್ವಿ ಸಾಹೇಬರು ಅವನಿಗೆ ಸದಾ ಕಿವಿ ಹಿಡಿದುಕೊಂಡು ಕೂರುವಂತೆ ಶಿಕ್ಷೆ ನೀಡುತ್ತಿದ್ದರು, ಆದರೂ ಸಹ ಅವನು ತನ್ನ ಬುದ್ಧಿಯನ್ನು ಬಿಟ್ಟಿರಲಿಲ್ಲ.

ಮೌಲ್ವಿ ಸಾಹೇಬರು ಪಾಠ ಮಾಡುವ ರೀತಿ ಬಹಳ ಸರಳವಾಗಿತ್ತು, ಅವರು ಯಾವಾಗಲೂ ಸ್ವಾತಂತ್ರದ ಚಿಂತನೆ ಮಾಡುತ್ತಿದ್ದರು, ಅವರ ಮಾತುಗಳು ಸದಾ ಬ್ರಿಟಿಷರ ವಿರುದ್ಧವಾಗಿದ್ದವು, ಆದರೆ ಅವರು ಇಂದು ಉಳಿದಿಲ್ಲ, ಅವರು ಬದುಕಿದ್ದಿದ್ದರೆ ನನ್ನ ಬಲಿದಾನವನ್ನು ನೋಡಿ ಖಂಡಿತಾ ಹೆಮ್ಮೆ ಪಡುತ್ತಿದ್ದರು, ಈಗ ಅವರೂ ಇಲ್ಲ, ಆ ಜಮಾನವು ಇಲ್ಲ, ಕೇವಲ ನನಗೆ ಉಳಿದಿರುವುದು ನೇಣಿನ ಕುಣಿಕೆ. ಅವರೂ ಮಹಾತ್ಮಾ ಗಾಂಧೀಜಿಯ ಅನುಯಾಯಿಗಳಾಗಿದ್ದರು, ದೇಶೀ ಜುಬ್ಬಾ ಮತ್ತು ಪೈಜಾಮಗಳನ್ನು ಧರಿಸುತ್ತಿದ್ದರು, ಯಾರಾದರೂ ಶರ್ಟ್ ಅಥವಾ ಪ್ಯಾಂಟ್ ಹಾಕಿಕೊಂಡು ಶಾಲೆಗೆ ಬಂದರೆ ಅವರಿಗೆ ದೇಶಿಯ ಉಡುಪುಗಳ ಮಹತ್ವ ತಿಳಿಸುತ್ತಿದ್ದರು.

<u>ಅಷ್ಫಾಕ್ ಉಲ್ಲಾ ನ ದೇಶಪ್ರೇಮ ಅವನ ಒಂದು ಕವಿತೆಯಲ್ಲಿ ತಿಳಿಯುತ್ತದೆ.</u>

ಏ ಮಾತೃಭೂಮಿ, ನಾನು ನಿನ್ನ ಸೇವೆಗಾಗಿ ಬದುಕಿರುವೆ

ಬರಲಿ ಸಾವಿರ ಅಡೆ ತಡೆ, ನಾ ನಿನ್ನ ಸೇವೆಯ ಮಾಡುವೆ

ನಿನ್ನ ಸೇವೆಗಾಗೇ ನಾ ಪ್ರಾಣ ನೀಡುವೆ

ನಿಶ್ಚಯವಾಗಿದೆ, ಸಂದೇಹ ಬೇಡ, ನಾ ನಿನಗಾಗಿಗೆಯೇ ಸಾಯುವೆ,

ಗಲ್ಲಿಗೇರಲಿ, ಗುಂಡೇರಿಸಲಿ, ನಿನ್ನ ಸ್ಮರಣೆಯೇ ಮಾಡುತಲಿರುವೆ

ಈ ದೇಶಕ್ಕಾಗೆ ನಾ ಹೋರಾಡುವೆ

ದೇಶಕ್ಕಾಗಿಯೇ ನಾ ಮಡಿಯುತಲಿರುವೆ...

2.   ತಂದೆ -ತಾಯಿಯ ಮಮತೆಯಲ್ಲಿ ಅಷ್ಫಾಕ್

ಅಷ್ಫಾಕನ ತಾಯಿ ಮಜಹರ್ ಉಲ್ ನಿಶಾ ಬೇಗಂ ಅವನನ್ನು ಬಹಳ
ಪ್ರೀತಿಸುತ್ತಿದ್ದರು, ಅಷ್ಫಾಕನಿಗೂ ಕೂಡ ತಾಯಿಯನ್ನು ಕಂಡರೆ ಎಲ್ಲಿಲ್ಲದ
ಪ್ರೀತಿ ಇತ್ತು. ಅದು ಎಷ್ಟರ ಮಟ್ಟಿಗೆಂದರೆ ರಾತ್ರಿ ಹೊತ್ತು ಎಲ್ಲರೂ
ಮಲಗಿರುವಾಗ ಧಿಡೀರನೆ ನಿದ್ರೆಯಿಂದ ಎಚ್ಚರಗೊಂಡು ಅಮ್ಮನ ಮುಖ
ನೋಡಲು ಓಡಿ ಬರುತ್ತಿದ್ದ. ಕೇವಲ ಅಮ್ಮನಲ್ಲದೆ ಅವನ ಮನೆಯ ಎಲ್ಲರ
ಮೇಲೂ ಅಷ್ಟೇ ವ್ಯಾಮೋಹ ಬೆಳೆಸಿಕೊಂಡಿದ್ದ.

ಅಷ್ಫಾಕ್ ತನ್ನ ಕುಟುಂಬದ ಬಗ್ಗೆ ಸ್ಪಷ್ಟ ಚಿತ್ರಣ ಈ ರೀತಿ ಕೊಡುತ್ತಾನೆ.

"ನನಗೆ ಅಮ್ಮ ಮಾಡಿದ ಅಡುಗೆ ಎಂದರೆ ಅಚ್ಚು ಮೆಚ್ಚು. ನಾನು ಊಟ
ಮಾಡಿದ ಮೇಲೆ ಪಾನ್ ಹಾಕಿಕೊಳ್ಳುತ್ತಿದ್ದೆ. ಅದನ್ನು ಹೊರತುಪಡಿಸಿ ನನಗೆ
ಬೇರೆ   ಯಾವುದೇ   ಕೆಟ್ಟ   ಚಟಗಳಿರಲಿಲ್ಲ.   ನಾನು   ಕ್ರಾಂತಿಕಾರಿ
ಚಟುವಟಿಕೆಗಳಲ್ಲಿ ಭಾಗಿಯಾಗಿ ತಲೆಮಾರಿಸಿಕೊಂಡಿದ್ದಾಗ ನಮ್ಮ ಮನೆಯ
ಮುಂದೆ ಸದಾ ಪೊಲೀಸರ ದಂಡೇ ಇರುತ್ತಿತ್ತು, ವಿನಾ ಕಾರಣ ನನ್ನ
ಮನೆಯವರಿಗೆ ಹಿಂಸೆ ಕೊಡುತ್ತಿದ್ದರು.   ಕಾಕೋರಿ ರೈಲಿನ ದರೋಡೆಯ
ನಂತರ ಪೊಲೀಸರ ಕಾರ್ಯಾಚರಣೆ ಕ್ಷಿಪ್ರ ಗತಿಯಲ್ಲಿ ಸಾಗಿತ್ತು. ಕೊನೆಗೂ
ನಾನು   ಸೆರೆ   ಸಿಕ್ಕಿಬಿಟ್ಟಿದ್ದೆ,   ನನ್ನನ್ನು   ಬಂಧಿಸಿದ   ಮೇಲೆ   ನನ್ನ
ಮನೆಯವರೆಲ್ಲರೂ ನನಗಾಗಿ ಹೋರಾಡುತ್ತಿದ್ದರು, ಸುಮಾರು ಎರಡು
ವರ್ಷಗಳ ಕಾಲ ನನ್ನ ಕೇಸಿಗಾಗಿ ನ್ಯಾಯಾಲಯದ ಮುಂದೆ ನಿಂತು ವಾದ
ಮಂಡಿಸುತ್ತಿದ್ದರು, ಆದರೆ ಅವರ ಶ್ರಮವೆಲ್ಲವು ವ್ಯರ್ಥವಾಯಿತು, ನನಗೆ
ಮರಣದಂಡನೆ ಶಿಕ್ಷೆಯಾಯಿತು. ನನ್ನಿಂದ ಅವರೆಲ್ಲರೂ ತುಂಬ ನೋವು
ಅನುಭವಿಸಬೇಕಾಯಿತು".

1857ರ ಸ್ವಾತಂತ್ರ್ಯ ಸಂಗ್ರಾಮವನ್ನು ನಿಷ್ಕ್ರಿಯಗೊಳಿಸಿದ ನಂತರ ಬ್ರಿಟಿಷರು ಹೆಮ್ಮೆಯಿಂದ ಬೀಗುತ್ತಿದ್ದರು, ಆದರೆ ಆ ಹೋರಾಟದಲ್ಲಿ ಹಿಂದೂ ಮುಸಲ್ಮಾನರು ಒಂದಾಗಿ ಬ್ರಿಟಿಷರ ವಿರುದ್ಧ ಹೋರಾಡಿದ್ದರು, ಅದೇ ಕಾರಣಕ್ಕೆ ಮುಂದೆ ಆ ಪರಿಸ್ಥಿತಿ ಬರಬಾರದೆಂಬ ಕಾರಣಕ್ಕೆ ಹಿಂದೂ-ಮುಸಲ್ಮಾನರ ನಡುವೆ ವಿಷ ಬೀಜವನ್ನು ಬಿತ್ತಲು ಪ್ರಾರಂಭಿಸಿದ್ದರು, ಮುಸಲ್ಮಾನರನ್ನು ಹಿಂದೂಗಳ ವಿರುದ್ಧ ಎತ್ತು ಕಟ್ಟುತ್ತಿದ್ದರು. ಅಷ್ಫಾಕ್ ಆಗಿನ್ನೂ ತುಂಬಾ ಚಿಕ್ಕವನಾಗಿದ್ದ ಆದರೆ ಅವನ ಆಲೋಚನೆಗಳು ಮಾತ್ರ ಬಹಳ ದೊಡ್ಡದಾಗಿದ್ದವು, ಆಗ ಭಾರತೀಯ ಸೋಹೋದರ ಸಹೋದರಿಯರ ಮೇಲೆ ನಡೆಯುತ್ತಿದ್ದ ಹಿಂಸೆ ಅವನ ಹೃದಯದ ಮೇಲೆ ದೊಡ್ಡ ಪರಿಣಾಮ ಮಾಡಿತ್ತು.

ಒಮ್ಮೆ ಬಾಲಕ ಅಷ್ಫಾಕ್ ತನ್ನ ತಂದೆಯೊಡನೆ ಒಂದು ಪ್ರಶ್ನೆಯನ್ನು ಕೇಳಿದ "ಅಪ್ಪ ಜಾನ್, ನೀವು ಅಣ್ಣ ರಿಯಾಸತ್ ಉಲ್ಲಾನಿಗೆ ಅಪರಾಧ ಮಾಡುವುದು ಎಷ್ಟು ತಪ್ಪೋ, ಅದನ್ನು ನೋಡುತ್ತಾ ಸುಮ್ಮನೆ ಇರುವುದು ಅಷ್ಟೇ ತಪ್ಪು ಎಂದು ಹೇಳಿದಿರಿ, ಅದು ಹೇಗೆ" ಎಂದ.

ಅದಕ್ಕೆ ತಂದೆ ಶಫೀಕ್ ಉಲ್ಲಾ ಅಷ್ಫಾಕನಿಗೆ "ಯಾರು ತಪ್ಪುಗಳನ್ನು ಮಾಡುವುದಿಲ್ಲವೋ ಅಥವಾ ಅಪರಾಧಗಳನ್ನು ನಡೆಯುವುದನ್ನು ನೋಡುತ್ತಾ ಸುಮ್ಮನೆ ಕೂರದೆ ಅದನ್ನು ತಡೆಯುತ್ತಾನೋ ಅವನೇ ನಿಜವಾದ ಮುಸಲ್ಮಾನ, ಅವನನ್ನು ಅಲ್ಲಾ (ಭಗವಂತ) ಸದಾ ಕಾಯುತ್ತಾನೆ, ಅದರಂತೆಯೇ ಮುಸಲ್ಮಾನನು ಮೊದಲು ಒಬ್ಬ ಮನುಷ್ಯ, ಬೇರೆ ಯಾವುದೇ ಮನುಷ್ಯರನ್ನು ಹಿಂಸಿಸಬಾರದು, ಹಿಂಸೆ ಪರಮ ದ್ರೋಹದ ಕೆಲಸ ಎಂದರು.

ಅದಕ್ಕೆ ಅಷ್ಫಾಕ್ "ಆದರೆ ಬ್ರಿಟಿಷರು ಭಾರತೀಯರಿಗೆ ನಿತ್ಯವೂ ಅಷ್ಟೊಂದು ಹಿಂಸೆ ನೀಡಿ ಕ್ರೂರವಾಗಿ ನಡೆಸಿಕೊಳ್ಳುತಿದ್ದಾರೆ, ಅದಕ್ಕೆ ನಿಮ್ಮ ಅಭಿಪ್ರಾಯವೇನು"?

ಮಗೂ, "ಬ್ರಿಟಿಷ್ ಸರ್ಕಾರ ಭಾರತೀಯ ಜನರನ್ನು ಸೌಹಾರ್ಧಿಸಲು ಬಂದಿಲ್ಲ, ಕೇವಲ ಇಲ್ಲಿರುವ ಸಂಪತ್ತಿಗಾಗಿ ಬಂದು ತಳ ಹೂಡಿದ್ದಾರೆ. ಆದ್ದರಿಂದ ಇಲ್ಲಿರುವ ಭಾರತೀಯರನ್ನು ಅವರು ಮನುಷ್ಯರಾಗಿ ನೋಡುವುದಿಲ್ಲ, ಕೇವಲ ಲಾಭ ತಂದುಕೊಡುವ ಒಂದು ಪ್ರಾಣಿಯಾಗಿ ನೋಡುತ್ತಾರೆ, ಆದ್ದರಿಂದ ಅವರಿಗೆ ಅದು ತಪ್ಪು ಎಂದು ಅನಿಸುವುದಿಲ್ಲ, ಹಾಗೆ ನೋವು ಆಗುವುದಿಲ್ಲ" ಎಂದು ಉತ್ತರ ನೀಡಿದರು.

ಅಪ್ಪನ ವಿಚಾರಗಳನ್ನು ಕೇಳಿ ಅಷ್ಫಾಕ್ ಗಂಭೀರ ಚಿಂತನೆಗೊಳಗಾದನು.

3. ಮಣಿಪುರಿ ಷಡ್ಯಂತ್ರ

ದಿನಕಳೆದಂತೆ ಅಷ್ಫಾಕ್ ಕ್ರಾಂತಿಕಾರಿ ಮನೋಭಾವ ಬೆಳೆಸಿಕೊಳ್ಳತೊಡಗಿದ, ಕೆಲವೊಂದು ಬಾರಿ ಎರಡು ಮೂರು ದಿನಗಳ ಕಾಲ ಮನೆಗೇ ಬರುತ್ತಿರಲಿಲ್ಲ, ಬಂದರೂ ರಾತ್ರೋ ರಾತ್ರಿ ಮಾಯವಾಗಿಬಿಡುತ್ತಿದ್ದ, ಇದನ್ನು ಗಮನಿಸುತ್ತಿದ್ದ ಅವನ ಮನೆಯವರಿಗೆ ಅಷ್ಫಾಕ್ ಕ್ರಾಂತಿಕಾರಿ ಗುಂಪು ಸೇರಿದ್ದಾನೆಂಬ ಅನುಮಾನದ ಗಾಳಿ ಸುಳಿದಾಡಿತ್ತು. 1918ರಲ್ಲಿ ಅಷ್ಫಾಕ್ ಷಹಜಹಾನ್ಪುರದ ಮಿಷನರಿ ಶಾಲೆಯಲ್ಲಿ ಏಳನೇ ತರಗತಿಯಲ್ಲಿ ಓದುತ್ತಿದ್ದಾಗ ಮಣಿಪುರಿಯ ಹತ್ಯಾಕಾಂಡ ನಡೆದಿತ್ತು.

ಅಷ್ಫಾಕನ ಶಾಲೆಯ ಹತ್ತನೇ ತರಗತಿಯ ಕೆಲವು ಹುಡುಗರು ಸೇರಿ ಒಂದು ರಹಸ್ಯ ಗುಂಪೊಂದನ್ನು ಸೇರಿಕೊಂಡಿದ್ದರು, ಅವರು ಮತ್ತು ಕೆಲ ಕ್ರಾಂತಿಕಾರಿಗಳು ಸೇರಿ ಮಣಿಪುರಿ, ದೆಹಲಿ, ಆಗ್ರಾ, ಮತ್ತು ಷಹಜಹಾನ್ಪುರದಲ್ಲಿ ಸ್ವಾತಂತ್ರ್ಯದ ಕಿಚ್ಚನ್ನು ಹೆಚ್ಚಿಸಲು ಅವರು ``ದೇಶವಾಸಿಗಳಿಗೆ ನಮ್ಮ ಸಂದೇಶ" ಮತ್ತು ``ಮಣಿಪುರಿಯ ಪ್ರತಿಜ್ಞೆ" ಎಂಬ ಹೆಸರಿನಲ್ಲಿ ಕರಪತ್ರಗಳನ್ನು ಹಂಚಿದ್ದರು. ಅವರ ಕ್ರಾಂತಿಕಾರಿದಳದ

ನಿರ್ವಹಣೆಗೆ ಹಣ ಬೇಕಾದಾಗ ಮೂರ್ನಾಲ್ಕು ಕಡೆ ದರೋಡೆ ಮಾಡಲು ಯತ್ನಿಸಿದ್ದರು, ಆಗ ಪೊಲೀಸರು ತಮ್ಮ ಬಂಧೂಕಿನಿಂದ ಶೂಟ್ ಮಾಡಿ ಬಂಧಿಸಲು ಮುಂದಾದಾಗ ಕೆಲವರು ಸಿಕ್ಕಿ ಬಿದ್ದಿದ್ದರು ಮತ್ತು ಒಬ್ಬ ಶಾಲಾ ಹುಡುಗ ಪೊಲೀಸರ ವಿರುದ್ಧ ಶೂಟ್ ಮಾಡಿ, ಯಮುನಾ ನದಿಯಲ್ಲಿ ಹಾರಿ ನೀರಿನೊಳಗೆ ಈಜಿಕೊಂಡು ಮತ್ತೊಂದು ದಡ ತಲುಪಿ ತಪ್ಪಿಸಿಕೊಂಡಿದ್ದನು. ಪೊಲೀಸರು ಆ ಹುಡುಗ ಸತ್ತು ಹೋಗಿದ್ದಾನೆಂದು ಭಾವಿಸಿದರು. ಆಗ ಅಷ್ಫಾಕನ ಮೇಷ್ಟ್ರಿಗೆ ಹತ್ತನೇ ತರಗತಿಯ ಒಬ್ಬ ಹುಡುಗನ ಮೇಲೆ ಅನುಮಾನ ಬಂದಿತ್ತು. ಅದರಂತೆಯೇ ಪೊಲೀಸರು ಶಾಲೆಗೇ ಬಂದು ರಾಜ ರಾಮ್ ಎಂಬ ಹುಡುಗನನ್ನು ಬಂಧಿಸಿ ಕರೆದೊಯ್ದಿದ್ದರು.

<u>ಆ ಘಟನೆಯ ಭಾಗ್ಗೆ ಅಷ್ಫಾಕ್ ಈ ರೀತಿ ವಿವರಿಸಿದ್ದಾನೆ.</u>

"ನಾನು ಶಾಲೆಯಲ್ಲಿ ಓದುತ್ತಿರುವಾಗ ಏಕಾಏಕಿ ಪೊಲೀಸರು ಬಂದರು. ನಾನಿನ್ನು ಆಗ ಚಿಕ್ಕ ಹುಡುಗನಾಗಿದ್ದೆ, ಮಣಿಪುರಿಯ ಕೇಸು ನ್ಯಾಯಾಲಯದಲ್ಲಿ ವಿಚಾರಣೆ ನಡೆಯುತ್ತಿತ್ತು. ಆ ರೀತಿ ಪೊಲೀಸರು ಎಂದಿಗೂ ನಮ್ಮ ಶಾಲೆಗೆ ಬಂದಿರಲಿಲ್ಲ, ರಾಜಾರಾಮ್ ಅಲ್ಲದೆ ಇನ್ನೂ ಒಬ್ಬ ಈ ಕೃತ್ಯದಲ್ಲಿ ಭಾಗಿಯಾಗಿದ್ದಾನೆಂಬ ಅನುಮಾನ ಪೊಲೀಸರಿಗೆ ಬಂದಿತ್ತು, ಅನುಮಾನದಿಂದ ಪೊಲೀಸರು ಎಲ್ಲಾ ಹುಡುಗರ ವಿಚಾರಣೆ ಮಾಡುತ್ತಿದ್ದರು. ಆ ದಿನಗಳಲ್ಲಿ ಶಾಲಾ ಹುಡುಗರು ಕ್ರಾಂತಿಕಾರಿ ಚಟುವಟಿಕೆಗಳಲ್ಲಿ ಭಾಗಿಯಾಗುವುದು ಕೇವಲ ಬಂಗಾಳದಲ್ಲಿ ಮಾತ್ರ ಸಾಮಾನ್ಯವಾಗಿತ್ತು, ಆದರೆ ಷಹಜಹಾನ್ಪುರದಲ್ಲಿ ಅದೇ ಮೊದಲು. ಪೊಲೀಸರ ವಿಚಾರಣೆ ವೇಳೆ ಯಾವ ಹುಡುಗರೂ ತರಗತಿಯಿಂದ ಹೊರಗೆ ಹೋಗುವಂತಿರಲಿಲ್ಲ, ನಾನು ಕೂಡ ನನ್ನ ಸೀಟಿನಲ್ಲೇ ಕುಳಿತ್ತಿದ್ದೆ.

ಆ ದಿನಗಳಲ್ಲಿ ಷಹಜಹಾನ್ಪುರದ ಹುಡುಗರು ಕೇವಲ ಹಾಕಿ ಆಟ ಆಡಲು ಹೆಸರುವಾಸಿಯಾಗಿದ್ದರು, ಬಂಧೂಕು ಹಿಡಿದು ಕ್ರಾಂತಿಕಾರಿಗಳಾಗುವುದು ಯಾರು ಊಹಿಸದ ಸಂಗಂತಿಯಾಗಿತ್ತು. ಕೆಲ

ಹತ್ತನೇ ತರಗತಿಯ ಹುಡುಗರು ಆ ಕೆಲಸ ರಾಜಾರಾಮ್ ಮಾಡಿಲ್ಲ, ಕೊಲೆ ಮಾಡುವಷ್ಟು ಧೈರ್ಯ ಅವನಲ್ಲಿ ಇಲ್ಲ ಎಂದು ಹೇಳಿಕೆ ನೀಡಿದ್ದರು. ಹಾಗಾದರೆ ಆ ಕೃತ್ಯದಲ್ಲಿ ಭಾಗಿಯಾಗಿರುವ ಹುಡುಗ ಯಾರಿರಬಹುದೆಂದು ನನ್ನ ತಲೆಯಲ್ಲಿ ಕಾಡಿತ್ತು.

ಆ ದಿನದಿಂದ ಷಹಜಹಾನ್ಪುರದಲ್ಲಿ ಆ ಹುಡುಗನಿಗಾಗಿ ಪೊಲೀಸರು ಹುಡುಕಾಟ ಆರಂಭಿಸಿದರು. ನನ್ನ ಸ್ನೇಹಿತನೊಬ್ಬ ನನ್ನ ಬಳಿ ಬಂದು ರಾಜ ರಾಮ್ ಒಂದು ಕ್ರಾಂತಿಕಾರಿ ಸಂಘಟನೆಯ ಸದಸ್ಯನಾಗಿದ್ದಾನೆ ಎಂದ, ನಾನು ಅದಕ್ಕೆ ಈ ವಿಷಯ ನಿನಗೆ ತಿಳಿದಿದೆ ಎಂದು ಪೊಲೀಸರಿಗೆ ಗೊತ್ತಾದರೆ ,ನಿನ್ನನ್ನೂ ಬಂಧಿಸುತ್ತಾರೆ ಎಂದು ಹೇಳಿದೆ, ಅದಕ್ಕೆ ಅವನು ಗರ್ವದಿಂದ "ಹಿಂದೂಸ್ತಾನಕ್ಕಾಗಿ ನಾನು ಸಾಯಲು ಸಿದ್ಧನಾಗಿದ್ದೇನೆ ಎಂದ". ಅವನು ಹೇಳಿದ ರೀತಿ ನಾನು ಇಂದಿಗೂ ಮರೆತಿಲ್ಲ.

ಈಗ ಇಡೀ ಊರಿನಲ್ಲಿ ಒಬ್ಬ ಹುಡುಗ ನಾಪತ್ತೆಯಾಗಿದ್ದ, ಆ ಹುಡುಗ ಯಾರು ಎಂದು ವಿಚಾರಿಸಿದರೆ ಅದು `` **ಪಂಡಿತ್ ರಾಮ್ ಪ್ರಸಾದ್ ಬಿಸ್ಮಿಲ್**" ಎಂದು ತಿಳಿಯಿತು. ಅವನು ನನ್ನ ಅಣ್ಣನ ಸಹಪಾಠಿಯಾಗಿದ್ದ, ಬಿಸ್ಮಿಲ್ ಈ ಕೇಸಿನಲ್ಲಿ ಕಡೆಯವರೆಗೂ ಪೊಲೀಸರ ಕೈಗೆ ಸಿಗಲಿಲ್ಲ, ಈ ಘಟನೆಯ ನಂತರ ನಮ್ಮ ಊರಿನ ಜನರಿಗೆಲ್ಲ ಒಂದು ನಂಬಿಕೆ ಬಂದಿತ್ತು, ನಮ್ಮ ಹುಡುಗರು ಕೂಡ ಏನಾದರೂ ದೇಶಕ್ಕಾಗಿ ಸಾಧಿಸಲು ಹೊರಟಿದ್ದಾರೆ ಎಂದು ನಂಬಿದರು.

ರಾಮ್ ಪ್ರಸಾದ್ ಬಿಸ್ಮಿಲ್

ಮಣಿಪುರಿ ಕೇಸ್ ನಡೆಯುವಾಗಲೇ ರಾಮ್ ಪ್ರಸಾದ್ ಬಿಸ್ಮಿಲ್ಲರ ಬಗ್ಗೆ ನನ್ನ ಅಣ್ಣ ನನ್ನ ಬಳಿ ಹೊಗಳಲಾರಂಭಿಸಿದ,

ಅವರ ದೇಶ ಭಕ್ತಿ, ಸಾಹಸ, ಧೈರ್ಯ ಎಲ್ಲವನ್ನೂ ಕೇಳಿ ನಾನು ಚಕಿತಗೊಂಡಿದ್ದೆ, ನಾನೂ ಕೂಡ ಅವರಂತೆಯೇ ಆಗಬೇಕು ಎಂಬ ಕನಸು ಕಂಡಿದ್ದೆ.

ಶಾಲಾ ಹುಡುಗರ ಗುಂಪೊಂದು ಸ್ವಾತಂತ್ರ್ಯ ಹೋರಾಟಕ್ಕೆ ಧುಮುಕಲು ಪ್ರಮುಖ ಕಾರಣ ಆ ಹುಡುಗರ ಬಿಸಿ ರಕ್ತವು ಸದಾ ಬ್ರಿಟಿಷರ ವಿರುದ್ಧ ಕುದಿಯುತ್ತಿತ್ತು, ಹಾಗೂ ಒಂದು ಭಂಡ ಧೈರ್ಯ ಸದಾ ಅವರ ಜೊತೆ ಇರುತ್ತಿತ್ತು. ಅವರ ನಡುವೆ ಎಂದೂ ಕೂಡ ಜಾತಿ-ಮತಗಳ ಭೇದ ಭಾವವಿಲ್ಲದ ಕಾರಣ ಒಕ್ಕೊರಲಿನಿಂದ ಹೋರಾಡಲು ಸಿದ್ಧರಿದ್ದರು. ತಮ್ಮ ನರನಾಡಿಗಳಲ್ಲಿ ದೇಶಪ್ರೇಮದ ಕಿಚ್ಚು ಹಚ್ಚಿಕೊಂಡು, ಭಾರತಾಂಭೆಯ ರಕ್ಷಣೆಗೆ ನವಯುವಕರ ಗುಂಪೊಂದು ಬ್ರಿಟಿಷರ ವಿರುದ್ಧ ಎದೆ ತಟ್ಟಿ ನಿಂತ್ತಿತ್ತು. ``ಗೆದ್ದರೆ ದೇಶ, ಹೋರಾಡಿ ಸೋತರೆ ದೇಶಕ್ಕಾಗಿ ಬಲಿದಾನ".

ನಾನು ಕೂಡ ಒಬ್ಬ ನವಯುವಕನಾಗಿದ್ದೆ, ನಾನು ಬಾಲ್ಯದಿಂದಲೇ ಕಸರತ್ತು ಮತ್ತು ತಾಲೀಮು ಮಾಡುತ್ತಾ ಬೆಳೆದಿದ್ದರಿಂದ ನಾನು ಬಲಿಷ್ಠವಾಗಿ ಒಬ್ಬ ಪೈಲ್ವಾನನಂತೆ ಕಾಣಿಸುತ್ತಿದ್ದೆ, ನನ್ನ ಈ ಆಕಾರವೂ ನನಗೆ ಮರಣ ದಂಡನೆ ನೀಡಲು ಒಂದು ಕಾರಣ ಎಂದು ನನ್ನ ವಕೀಲರು ತಿಳಿಸಿದ್ದರು.

ನಾನು ನಂತರ ಒಂಬತ್ತನೇ ತರಗತಿಯಲ್ಲಿ ಓದುತ್ತಿರುವಾಗ ಇಂಗ್ಲೀಷನಲ್ಲಿ ಓದು ಪಾಠ ಇತ್ತು(ಲವ್ ಆಫ್ ದಿ ಕಂಟ್ರಿ) ದೇಶಪ್ರೇಮ .

ಸರ್ ವಾಲ್ಟೇರ್ ಸ್ಕಾಟ್ ಬರೆದಂತಹ ಪಾಠ ಅದಾಗಿತ್ತು. ಅದರಲ್ಲಿ ದೇಶ ಪ್ರೇಮದ ಬಗ್ಗೆ ಅಪಾರ ಅರಿವಿತ್ತು, ಅದರ ಪ್ರಕಾರ ಯಾವಾಗ ಶತ್ರು ನಮ್ಮ ದೇಶದ ಮೇಲೆ ಆಕ್ರಮಣ ಮಾಡುತ್ತಾನೋ, ಆಗ ರಾಜನಾದವನಿಗೆ ನದಿ ದಾಟಿ ಪಾರಾಗಲು ತೆಪ್ಪವಿರುವುದಿಲ್ಲವೋ, ಕಾಡುರಸ್ತೆಯಲ್ಲಿ ದಾಟಲು ಸವಲತ್ತುಗಳಿಲ್ಲದಿದ್ದರೂ ಹೇಗಾದರೂ ಮಾಡಿ ತಪ್ಪಿಸಿಕೊಂಡು ಹೋಗುತ್ತಾನೋ, ಅವನು ಖಂಡಿತಾ ನಿಜವಾದ ರಾಜನಾಗಲು ಯೋಗ್ಯನಾಗಿರುವುದಿಲ್ಲ, ಯಾವ ರಾಜ ತನ್ನ ಪ್ರಜೆಗಳಿಗೋಸ್ಕರ

ರಣರಂಗದಲ್ಲಿ ಸೈನಿಕರೊಡನೆ ಹೋರಾಡಿ ವೀರ ಮರಣ ಹೊಂದುತ್ತಾನೋ ಅವನು ನಿಜವಾದ ಪ್ರಜೆಗಳ ರಾಜ, ಅಂತಹ ರಾಜರುಗಳಿಂದ ದೇಶವು ಸುಭಿಕ್ಷದಿಂದ ಕೂಡಿರುತ್ತದೆ, ಇದನ್ನು ಅಷ್ಫಾಕ್ ತನ್ನ ಮಾತುಗಳಲ್ಲಿ ಹೀಗೆ ಹೇಳಿದ್ದಾನೆ.

To Every man on the earth
Death comes sooner or the later
The how a man can die or better death
Then facing an fearfull odds
For the ashes of his father
And the temple of odds.

ನನ್ನ ಇಂಗ್ಲಿಷ್ ಮಾಸ್ಟರ್ ಕೂಡ ಒಬ್ಬ ದೇಶಪ್ರೇಮಿಯಾಗಿದ್ದರು, ಒಮ್ಮೆ ಒಂದು ಪಾಠ ಮಾಡುತ್ತಾ ದೇಶದ ಪರಿಸ್ಥಿತಿಯ ಬಗ್ಗೆ ವಿವರಿಸುತ್ತಾ ತಡೆಯಲಾರದೆ ಕ್ಲಾಸಿನಲ್ಲೇ ಕಂಬನಿಯಿಟ್ಟಿದ್ದರು. ಅದನ್ನು ಗಮನಿಸಿದ ನನಗೆ ದೇಶದ ಪರಿಸ್ಥಿತಿಯ ಅರಿವಾಗಿತ್ತು.

ಅಷ್ಟರಲ್ಲಿ ನಾನು ಅನೇಕ ದೇಶಪ್ರೇಮಿಗಳ ಮತ್ತು ಸ್ವಾತಂತ್ರದ ಬಗ್ಗೆ ಬರೆದಿರುವ ಪುಸ್ತಕಗಳನ್ನು ಓದಿದ್ದೆ, ಅದೇ ಸಮಯದಲ್ಲಿ ನನ್ನ ಮಾಸ್ಟರ್ ಒಬ್ಬರಿಗೆ ನನ್ನಲ್ಲಿನ ಬದಲಾವಣೆ ಅರಿವಿಗೆ ಬಂದಿತ್ತು, ನನ್ನಲ್ಲಿನ ಕ್ರಾಂತಿಕಾರಿ ಮನೋಭಾವ ಅವರಿಗೆ ಗೋಚರವಾಗಿತ್ತು, ಆದ್ದರಿಂದಲೇ ಒಂದು ದಿನ ನನ್ನನ್ನು ಅವರ ಕೊಠಡಿಗೆ ಕರೆದು ನನಗೆ ಒಂದು **(ಪೇಟ್ರಿಯೋಟ್ಸ್ ಆಫ್ ದಿ ವರ್ಲ್ಡ್)** "ವಿಶ್ವದ ಪ್ರೇಮಿಗಳು" ಎಂಬ ಇಂಗ್ಲಿಷ್ ಪುಸ್ತಕವನ್ನು ನೀಡಿ ಇದನ್ನು ಓದು ಎಂದರು, ನಾನು ಆ ಪುಸ್ತಕವನ್ನು ಓದುತ್ತಾ ನನ್ನ ಎದೆಯಲ್ಲಿ ಕಂಪನವಾಗಿತ್ತು, ದೇಶಭಕ್ತಿಯ ಸಂಚಲನವಾಗಿತ್ತು, ಬಲಿದಾನದ ಮಹತ್ವ ಅರಿವಿಗೆ ಬಂದಿತ್ತು.

ದಿನಕಳೆದಂತೆ ನನಗೆ ಪುಸ್ತಕದ ಮೇಲಿನ ವ್ಯಾಮೋಹ ಹೆಚ್ಚಾಗ ತೊಡಗಿತು, ಆ ವಯಸ್ಸಿನಲ್ಲಿ ನಾನು ಆಟ ಆಡುವುದನ್ನು ಬಿಟ್ಟು ಪುಸ್ತಕದ ಗೀಳು ಅಂಟಿಸಿಕೊಂಡಿದ್ದೆ, ಎಷ್ಟರ ಮಟ್ಟಿಗೆ ಎಂದರೆ ತಾಲೀಮು ಮಾಡುವುದನ್ನು ಮರೆತುಬಿಟ್ಟಿದ್ದೆ, ಆದರೆ ಒಬ್ಬ ಕ್ರಾಂತಿಕಾರಿಯಾಗಬೇಕೆಂದವನಿಗೆ ಅವನ ದೇಹದ ಸಧೃಡತೆ ಬಹಳ ಮುಖ್ಯವಾಗಿರುತ್ತದೆ, ಆದ್ದರಿಂದ ತಾಲೀಮನ್ನೂ ಮುಂದುವರಿಸಿದ್ದೆ.

ಒಮ್ಮೆ ದಾರಿಯಲ್ಲಿ ಹೋಗುವಾಗ ರಾಜಾರಾಮ್ ಮನೆಯಲ್ಲಿ ರಾಮ್ ಪ್ರಸಾದ್ ಬಿಸ್ಮಿಲ್ಲರನ್ನು ಕಂಡಿದ್ದೆ, ಆಗ ನನ್ನ ಅನುಮಾನ ಧೃಡವಾಗಿತ್ತು, ಇವರೇ ಮಣಿಪುರಿ ಕೇಸಿನ ಮುಖ್ಯ ವ್ಯಕ್ತಿಗಳೆಂದು, ಆದರೆ ಅಷ್ಟರಲ್ಲಿ ಮಣಿಪುರಿಯ ಕೇಸು ಮುಗಿದುಹೋಗಿತ್ತು. ನಾನೂ ಕೂಡ ಅವರ ಕ್ರಾಂತಿಕಾರಿ ಗುಂಪನ್ನು (ಮಾತೃಭೂಮಿ) ಸೇರಲು ಇಚ್ಛಿಸಿದ್ದೆ, ರಾಜಾರಾಮ್ ಜೊತೆ ಕೂಡ ಇದರ ಬಗ್ಗೆ ಹೇಳಿದ್ದೆ ಮತ್ತು ಅವನಿಂದ ರಾಮ್ ಪ್ರಸಾದ್ ಬಿಸ್ಮಿಲ್ಲರ ಬಗ್ಗೆ ಎಲ್ಲವನ್ನೂ ತಿಳಿದುಕೊಂಡಿದ್ದೆ, ಆಗ ರಾಜಾರಾಮ್ ನನಗೆ ಬನಾರಸೀಲಾಲ್ ಎಂಬ ಮತ್ತೊಬ್ಬ ಹುಡುಗನನ್ನು ಪರಿಚಯಿಸಿದ್ದ,

ಒಂದು ದಿನ ಬನಾರಸೀಲಾಲ್ ನನಗೊಂದು ಹಿಂದಿ ಪುಸ್ತಕ ಕೊಟ್ಟು ಓದಲು ಹೇಳಿದ, ಆದರೆ ನಾನು ಉರ್ದು ಶಾಲೆಯಲ್ಲಿ ಓದ್ದಿದ್ದರಿಂದ ನನಗೆ ಅಷ್ಟೊಂದು ಹಿಂದಿ ಓದಲು ಬರುತ್ತಿರಲಿಲ್ಲ, ಆಗ ಅವನೇ ನನಗೆ ಪೂರ್ತಿ ಪುಸ್ತಕವನ್ನು ಓದಿ ಹೇಳಿದ್ದನು. ಅದೇ ಪುಸ್ತಕದಿಂದ ಪ್ರೇರಿಪಿತರಾಗಿ ಅವರು ಮಣಿಪುರಿ ಹತ್ಯಾಕಾಂಡವನ್ನು ಮಾಡಲು ನಿರ್ಧರಿಸಿದ್ದರು. ಮುಂದೆ ಬನಾರಸೀಲಾಲ್ ನನಗೆ ಒಳ್ಳೆಯ ಸ್ನೇಹಿತನಾದ, ಅವನಿಗೆ ನಾನು ನನ್ನ ಹಿನ್ನಲೆಯನೆಲ್ಲಾ ಹೇಳಿದೆ, ಆದರೆ ಅವನು ಅವನ ಬಗ್ಗೆ ನನ್ನೊಂದಿಗೆ ಎಂದೂ ಹೇಳಿರಲಿಲ್ಲ, ನಾನು ಅವನಿಗೆ ರಾಮ್ ಪ್ರಸಾದ್ ಬಿಸ್ಮಿಲ್ಲರನ್ನು ಪರಿಚಯ ಮಾಡಿಕೊಡುವಂತೆ ದುಂಬಾಲು ಬಿದ್ದಿದ್ದೆ, ಅವರು ನನ್ನ ಅಣ್ಣನ ಸಹಪಾಠಿಯಾಗಿದ್ದರೂ ನಾನು ಅವರನ್ನು ಎಂದಿಗೂ ಮಾತಾಡಿಸಿರಲಿಲ್ಲ,

ಅವರ ವ್ಯಕ್ತಿತ್ವವೇ ಹಾಗಿತ್ತು. ಬಾಲ್ಯದಿಂದಲೇ ಅವರು ಆರ್ಯಸಮಾಜದ ಅನುಯಾಯಿಯಾಗಿದ್ದರು, ಸದಾ ದೈವ ಚಿಂತನೆ ಮತ್ತು ದೇಶ ಚಿಂತನೆಯಲ್ಲಿ ಮುಳುಗಿರುತ್ತಿದ್ದರು.

ಬನಾರಸೀಲಾಲ್ ನನ್ನ ಬಳಿ ಬಂದು ರಾಮ್ ಪ್ರಸಾದ್ ಬಿಸ್ಮಿಲ್ ಒಂದು ಭಾಷಣ ನೀಡುತ್ತಿರುವ ಸಂಗತಿ ತಿಳಿಸಿದ, ನಾವು ಅವರನ್ನು ನೋಡಲು ಅಲ್ಲಿಗೆ ಹೋದೆವು, ಅವರನ್ನು ನೋಡಿದ ಕೂಡಲೇ ನನ್ನ ಸಂತೋಷಕ್ಕೆ ಪಾರವೇ ಇರಲಿಲ್ಲ. ಭಾಷಣ ಮುಗಿದ ನಂತರ ಬನಾರಸೀಲಾಲ್ ನನ್ನನ್ನು ರಾಮ್ ಪ್ರಸಾದ್ ಬಿಸ್ಮಿಲ್ಲರಿಗೆ ಪರಿಚಯ ಮಾಡಿಕೊಟ್ಟಿದ್ದ, ಆದರೆ ರಾಮ್ ಪ್ರಸಾದ್ ನನ್ನನ್ನು ಎಷ್ಟು ಉದಾಸೀನದಿಂದ ಭೇಟಿಯಾಗಿದ್ದರೆಂದರೆ ನನಗೆ ಬಹಳ ದುಃಖವಾಯಿತು. ಆದರೆ ಅದಾದ ನಂತರ ಬಿಸ್ಮಿಲ್ಲರು ಆ ಘಟನೆಯ ಬಗ್ಗೆ ನನ್ನ ಬಳಿ ಅದೇಷ್ಟೋ ಬಾರಿ ಕ್ಷಮೆ ಕೇಳಿದ್ದಾರೆ.

ನಂತರ ಮತ್ತೊಮ್ಮೆ ಬಿಸ್ಮಿಲ್ಲರನ್ನು ಭೇಟಿ ಮಾಡಲು ಅಷ್ಫಾಕ್ ಬಹಳ ಕಷ್ಟ ಪಟ್ಟಿದ್ದ, ಆದರೆ ಸಫಲವಾಗಿರಲಿಲ್ಲ, ಒಂದು ದಿನ ಅಷ್ಫಾಕ್ ಬರೆದ ದೇಶ ಭಕ್ತಿಯ ಕವಿತೆಗಳನ್ನು ಕೇಳಿ ಬಿಸ್ಮಿಲ್ಲರು ಇಷ್ಟ ಪಟ್ಟಿದ್ದರು, ಆ ಕಾರಣಕ್ಕಾಗೇ ಬಿಸ್ಮಿಲ್ಲರು ಅಷ್ಫಾಕ್ ನನ್ನು ತಮ್ಮ ಕ್ರಾಂತಿಕಾರಿ ಸಂಘಟನೆಗೆ ಸೇರಿಸಿಕೊಂಡರು.

4. ಅಷ್ಫಾಕ್ ಮತ್ತು ಬಿಸ್ಮಿಲ್ಲರ ಸ್ನೇಹ

ಅಷ್ಫಾಕ್-ರಾಮ್ ಪ್ರಸಾದ್ ಬಿಸ್ಮಿಲ್ಲರ ಉದಾಸೀನತೆಯನ್ನು ಕಂಡು ಸುಮ್ಮನೆ ಕೂರಲಿಲ್ಲ, ದೇಶ ಭಕ್ತಿಯ ಕವಿತೆಗಳನ್ನು ಬರೆದು ಅವರಿಗೆ ತೋರಿಸಿದ, ಅದನ್ನು ಕಂಡು ಸಂತೋಷರಾದ ಬಿಸ್ಮಿಲ್ ತಮ್ಮ ಗುಂಪಿಗೆ ಸೇರಿಸಿಕೊಂಡಿದ್ದರು. ಅಂದಿನಿಂದ ಅಷ್ಫಾಕನ ಎಲ್ಲಾ ಮಾತುಗಳನ್ನು ಬಿಸ್ಮಿಲ್ಲರು ತದೇಕ ಚಿತ್ತದಿಂದ ಕೇಳಲಾರಂಭಿಸಿದರು, ತನ್ನ ಎಲ್ಲಾ ಕ್ರಾಂತಿಕಾರಿ ಚಟುವಟಿಕೆಗಳಲ್ಲೂ ಸೇರಿಸಿಕೊಂಡರು, ಅಷ್ಫಾಕ್ ಇದರಿಂದ ಬಹಳ ಸಂತೋಷ ಪಟ್ಟಿದ್ದನು, ಅವನ ಮನದ ಆಸೆಯಂತೆಯೇ ಅವನು ಬಿಸ್ಮಿಲ್ಲರ ಕ್ರಾಂತಿಕಾರಿದಳದ ಕಾರ್ಯಕರ್ತನಾಗಿದ್ದನು.

ರಾಮ್ ಪ್ರಸಾದ್ ಬಿಸ್ಮಿಲ್ ಒಬ್ಬ ಪಕ್ಕ ಆರ್ಯಸಮಾಜವಾದಿ, ಅದೇ ರೀತಿ ಅಷ್ಫಾಕ್ ಕೂಡ ಒಬ್ಬ ನಿಷ್ಠಾವಂತ ಮುಸಲ್ಮಾನ. ಆದರೆ ಅದು ಅವರ

[17]

ದೋಸ್ತಿಯಲ್ಲಿ ಯಾವುದೇ ಪರಿಣಾಮ ಬೀರಲಿಲ್ಲ, ಅವರ ಸ್ನೇಹವನ್ನು ನೋಡಿ ಅದೇಷ್ಟೋ ಜನ ಹೊಟ್ಟೆ ಕಿಚ್ಚು ಪಟ್ಟಿದ್ದರು.

ಅಷ್ಫಾಕ್ ಜೊತೆಗಿನ ಸ್ನೇಹವನ್ನು ರಾಮ್ ಪ್ರಸಾದ್ ಬಿಸ್ಮಿಲ್ಲರು ತಮ್ಮ ಆತ್ಮಕಥೆಯಲ್ಲಿ ಈ ರೀತಿ ಬರೆದಿದ್ದರೆ-

¨ಮೊದಲು ನೀನು ನನ್ನನ್ನು ನೋಡಲು ಬಂದಾಗ ನಾನು ಅತ್ಯಂತ ತಿರಸ್ಕಾರದಿಂದ ನಿನ್ನನ್ನು ನೋಡಿದ್ದೆ, ನಂತರ ನಿನ್ನ ದೇಶಭಕ್ತಿಯ ಕವಿತೆಗಳನ್ನು ಕೇಳಿ ನನಗೆ ಆಶ್ಚರ್ಯವಾಯಿತು, ನೀನು ಒಬ್ಬ ನಿಷ್ಠಾವಂತ ಮುಸಲ್ಮಾನ ಅದರಂತೆ ನೀನು ಒಬ್ಬ ಅಪ್ರತಿಮ ದೇಶಪ್ರೇಮಿ, ನಿನ್ನ ದೇಶ ಪ್ರೇಮದಲ್ಲಿ ನನಗೆ ಯಾವುದೇ ಸಂದೇಹವಿರಲಿಲ್ಲ, ನನ್ನ ಮನೆ ಆರ್ಯ ಸಮಾಜದ ಮಂದಿರದಲ್ಲಿತ್ತು. ಆದರೆ ನೀನು ಯಾವ ಒಂದು ದಿನವೂ ಕೂಡ ಆರ್ಯ ಸಮಾಜದ ಒಳಗೆ ಬರುವುದಕ್ಕೆ ಬೇಸರವಾಗಲಿ, ಎರಡನೇ ಯೋಚನೆಯಾಗಲಿ ಮಾಡಲಿಲ್ಲ, ಆದರೆ ಇಲ್ಲಿನ ನನ್ನ ಕೆಲ ಸಹಪಾಠಿಗಳು ನಿನ್ನನು ಮುಸಲ್ಮಾನ ಎಂದು ತಾತ್ಸರದಿಂದ ನೋಡುತ್ತಿದ್ದರು , ಆದರೆ ನೀನು ಅವರ ಬಗ್ಗೆ ಕಿಂಚಿತ್ತೂ ಚಿಂತಿಸಲಿಲ್ಲ, ನೀನು ಸದಾ ನನ್ನನು ನೋಡಲು ಆರ್ಯಸಮಾಜಕ್ಕೆ ಬಂದು ಹೋಗುತ್ತಿದೆ, ಒಮ್ಮೆ ಹಿಂದೂ ಮುಸ್ಲಿಂ ಗಲಾಟೆ ನಡೆದಾಗ ನಿಮ್ಮ ಮನೆಯಲ್ಲಿ ನಿನಗೆ ಚೆನ್ನಾಗೆ ಬೈದು ಮನೆಯಿಂದ ಹೊರ ಹೋಗದಂತೆ ಕೂರಿಸಿದ್ದರು, ಆದರೂ ನೀನು ಹೊರಬಂದು ಹಿಂದೂ ಮುಸ್ಲಿಮರ ಐಕ್ಯತೆಗಾಗಿ ಹೋರಾಡಿದ್ದೆ, ಅಂದು ನಿನ್ನ ನಿಜವಾದ ದೇಶಭಕ್ತಿಯ ಅರಿವಾಗಿತ್ತು.

ನಾನು ಕೆಲವೊಂದು ದೇಶಭಕ್ತಿಯ ಸಂದೇಶ ಅಥವ ಕವಿತೆಗಳನ್ನು ಹಿಂದಿಯಲ್ಲಿ ಬರೆದಾಗ ನೀನು ನನ್ನ ಬಳಿ ಬಂದು ¨ಬಿಸ್ಮಿಲ್ಲರೆ, ನೀವು ಏಕೆ ಕೇವಲ ಹಿಂದಿಯಲ್ಲಿ ಮಾತ್ರ ಬರೆಯುತ್ತೀರಿ, ಉರ್ದುವಿನಲ್ಲೂ ಕೂಡ ಬರೆದರೆ ನನ್ನಂಥ ಮುಸಲ್ಮಾನರು ಓದಬಹುದಲ್ಲಾ ಎಂದೆ¨ ಅಂದಿನಿಂದ ನಾನು ಹಿಂದಿ ಮತ್ತು ಉರ್ದು ಎರಡರಲ್ಲೂ ಬರೆಯಲು ಶುರು ಮಾಡಿದೆ,

ಅದೇ ರೀತಿ ನೀನು ಕೂಡ ದೇಶಭಕ್ತಿಯ ಪುಸ್ತಕಗಳನ್ನು ಓದುವ ಸಲುವಾಗಿ ಹಿಂದಿಯನ್ನು ಕಲಿತೆ, ಕೆಲವೊಂದು ಬಾರಿ ನೀನು ಮನೆಯಲ್ಲಿ ಮಾತನಾಡುವಾಗ ನಿನ್ನ ಬಾಯಿಂದ ಹಿಂದಿ ಶಬ್ದಗಳು ಹೊರ ಬರುತ್ತಿದ್ದವು, ನಿನ್ನ ನಡವಳಿಕೆಯನ್ನು ಗಮನಿಸಿದ ನಿನ್ನ ಮನೆಯವರಿಗೆ ನೀನು ಎಲ್ಲಿ ಹಿಂದೂ ಧರ್ಮಕ್ಕೆ ಮತಾಂತರವಾಗಿಬಿಡುತ್ತೀಯಾ ಎಂಬ ಭಯ ಕಾಡಿತ್ತು. ಆದರೆ ನಿನ್ನ ಹೃದಯ ಎಂದಿಗೂ ಅಶುದ್ಧವಾಗಿರಲಿಲ್ಲ, ನಿನ್ನ ಪ್ರಗತಿಯನ್ನು ಕಂಡು ನನಗೆ ಹೃದಯ ತುಂಬಿ ಬಂದಿತ್ತು.

ನಮ್ಮ ಕೆಲ ಕ್ರಾಂತಿಕಾರಿ ಸಂಘಟನೆಗಳಲ್ಲಿ ಮುಸಲ್ಮಾನರನ್ನು ನಂಬಿ ಮೋಸ ಹೋಗಬೇಡಿ ಎಂದು ಹೇಳಿಕೊಟ್ಟಿದ್ದರು, ಆದರೆ ನಾನು ನನ್ನಲ್ಲಿ ಮತ್ತು ನಿನ್ನಲ್ಲಿ ಯಾವುದೇ ಭೇದ ಭಾವ ನೋಡಿರಲಿಲ್ಲ, ನಾವು ಬಹಳಷ್ಟು ಬಾರಿ ಒಂದೇ ತಟ್ಟೆಯಲ್ಲಿ ಊಟ ಮಾಡಿದ್ದೇವೆ, ಮೊದಲ ಸಲ ಆ ಪರಿಸ್ಥಿತಿ ಬಂದಾಗ ನಾನು ಮೊದಲ ತುತ್ತು ತಿಂದು ನೀನು ಏನು ಮಾಡುತ್ತೀಯಾ ಎಂದು ಗಮನಿಸುತ್ತಿದ್ದೆ, ಆದರೆ ನೀನು ಏನೂ ಯೋಚನೆ ಮಾಡದೆ ಆರಾಮಾಗಿ ನನ್ನ ಜೊತೆ ಮಾತನಾಡುತ್ತಲೇ ಊಟ ಮಾಡಿದೆ, ಅಂದು ನಿನ್ನ ಹೃದಯದಲ್ಲಿ ಹಿಂದೂ ಮತ್ತು ಮುಸ್ಲಿಮರ ನಡುವೆ ಯಾವುದೇ ಭೇದವಿಲ್ಲವೆಂಬುದನ್ನು ತೋರಿಸಿ ಕೊಟ್ಟಿತ್ತು, ನಿನಗೆ ನನ್ನ ಮೇಲೆ ಅಚಲವಾದ ವಿಶ್ವಾಸ ಮತ್ತು ಅಗಾಧ ಪ್ರೀತಿ ಇತ್ತು. ನೀನು ನನ್ನನ್ನು ಎಂದೂ ಪೂರ್ಣ ಹೆಸರಿನಿಂದ ಕರೆದಿಲ್ಲ, ಕೇವಲ ರಾಮ್ ಎಂದಷ್ಟೇ ಕರೆಯುತ್ತಿದ್ದೆ,

ಒಮ್ಮೆ ನೀನು ನಿದ್ದೆಯಲ್ಲಿ ಮಲಗಿದ್ದಾಗ ನಿನ್ನ ಹೃದಯ ಕಂಪಿಸಿ "ಹಾಯ್ ರಾಮ್ ಹಾಯ್ ರಾಮ್" ಎಂಬ ಶಬ್ದ ನಿನ್ನ ಬಾಯಿಂದ ಬರಲಾರಂಭಿಸಿತು, ನೀನು ಪ್ರಜ್ಞಾಹೀನ ಸ್ಥಿತಿಯಲ್ಲಿದ್ದೆ, ನಿಮ್ಮ ಮನೆಯವರೆಲ್ಲಾ ನಿನ್ನನ್ನು ಆತಂಕದಿಂದ ನೋಡಿ ಆಶ್ಚರ್ಯ ಪಟ್ಟಿದ್ದರು, ಅಲ್ಲಾ ಅಲ್ಲಾ ಎಂಬುದರ ಬದಲಾಗಿ ಇವನು ರಾಮ್ ರಾಮ್ ಎನ್ನುತ್ತಿದ್ದನಲ್ಲಾ ಎಂದು

ಭಯಗೊಂಡಿದ್ದರು, ಅದೇ ಸಮಯದಲ್ಲಿ ನಿಮ್ಮ ಮನೆಗೆ ಬಂದಿದ್ದ ನನ್ನ ಸ್ನೇಹಿತ ನನ್ನ ಬಳಿ ಓಡಿಬಂದು ನಿನ್ನ ಸ್ಥಿತಿ ತಿಳಿಸಿದ, ನಾನು ತಕ್ಷಣ ನಿಮ್ಮ ಮನೆಗೆ ದೌಡಾಯಿಸಿದೆ, ನೀನು ನನ್ನನ್ನು ನೋಡಿದ ಮೇಲೆ ನಿನ್ನ ಮನಸ್ಸು ನಿರಾಳವಾಯಿತು. ಅಂದು ನಿಮ್ಮ ಮನೆಗೆ ಮಾತ್ರವಲ್ಲ ಇಡೀ ಷಹಜಹಾನ್ಪುರಕ್ಕೆ ನಿನ್ನ ರಾಮನಾಮದ ಪರಿಚಯವಾಗಿತ್ತು.

ಈ ಕೊನೆಯಲ್ಲಿ ನಿನ್ನ ಪ್ರೀತಿ ಎಲ್ಲಿಗೆ ಬಂದು ನಿಂತಿದೆ ಎಂದು ನೀನೇ ನೋಡು? ಅದರ ಪರಿಣಾಮವೇನಾಯಿತು, ನಮ್ಮಿಬ್ಬರಿಗೂ ಮರಣ ದಂಡನೆಯಾಯಿತು. ನನ್ನ ಕ್ರಾಂತಿಕಾರಿ ವಿಚಾರಗಳಿಗೆ ಬಣ್ಣ ತುಂಬಿದವನು ನೀನು, ನೀನೊಬ್ಬ ಕಠೋರ ಕ್ರಾಂತಿಕಾರಿಯಾಗಿ ಬೆಳೆದು ನಿಂತೆ, ಅಂದಿನಿಂದ ನಿನ್ನ ಗುರಿ ಹೇಗಾದರೂ ಮಾಡಿ ಮುಸ್ಲಿಂ ನವ ಯುವಕರಿಗೆ ಸ್ವಾತಂತ್ರ್ಯದ ಮಹತ್ವ ತಿಳಿಸಿ ಅವರನ್ನು ಕ್ರಾಂತಿಕಾರಿ ಆಂಧೋಲನಕ್ಕೆ ತರಬೇಕೆಂದು ಬಹಳ ಶ್ರಮಪಟ್ಟಿದ್ದೆ. ನಿನ್ನ ಬಂಧುಗಳು, ಸ್ನೇಹಿತರೆಲ್ಲರೊಡನೆ ನೀನು ಕ್ರಾಂತಿಯ ಮಹತ್ವ ಮತ್ತು ಸ್ವಾತಂತ್ರ್ಯದ ಬೀಜವನ್ನು ಬಿತ್ತಿದ್ದೆ. ದಿನಕಳೆದಂತೆ ನೀನು ಕ್ರಾಂತಿಕಾರಿದಳದ ಮುಖ್ಯ ಸದಸ್ಯನಾಗಿಬಿಟ್ಟೆ, ಒಬ್ಬ ಮುಸಲ್ಮಾನ ಒಂದು ಕ್ರಾಂತಿಕಾರಿ ದಳದ ನೇತೃತ್ವ ವಹಿಸುವಷ್ಟು ಹೇಗೆ ಬೆಳೆದು ನಿಂತ ಎಂದು ಎಲ್ಲರು ಆಶ್ಚರ್ಯ ಪಟ್ಟಿದ್ದರು. ನೀನು ನನ್ನೊಡನೆ ಬಹಳಷ್ಟು ಕೆಲಸ ಮಾಡಿದ್ದೀಯ, ನೀನು ಎಂದೂ ಕೂಡ ನನ್ನ ಆಜ್ಞೆಯನ್ನು ಮೀರಲಿಲ್ಲ, ಒಬ್ಬ ಧೈವ ಭಕ್ತನಂತೆ ನೀನು ಎಲ್ಲಾ ಕ್ರಾಂತಿಕಾರಿ ಕೆಲಸಗಳನ್ನು ಅತ್ಯಂತ ಶ್ರದ್ಧೆಯಿಂದ ಮಾಡಿದ್ದೀಯಾ. ನಿನ್ನ ಹೃದಯ ಎಷ್ಟು ವಿಶಾಲವೋ ನಿನ್ನ ವಿಚಾರಗಳೂ ಕೂಡ ಅಷ್ಟೇ ವಿಶಾಲವಾದುದು.

ನನಗೆ ನಿನ್ನನ್ನು ಕಂಡರೆ ಬಹಳ ಹೆಮ್ಮೆ ಇದೆ, ಭಾರತೀಯ ಸ್ವಾತಂತ್ರ್ಯದ ಇತಿಹಾಸದಲ್ಲಿ ನಿನ್ನ ಹೋರಾಟದ ಬಗ್ಗೆ ಸದಾ ಉಲ್ಲೇಖವಿರುತ್ತದೆ, ಅಷ್ಫಾಕ್ ಉಲ್ಲಾ ಖಾನ್ ಎಂಬ ನವ ಯುವಕ ಭಾರತದ ಕ್ರಾಂತಿಕಾರಿದಳದ ಮುಖ್ಯ ಸದಸ್ಯನಾಗಿದ್ದ, ಅಪಾರ ಕೊಡುಗೆಗಳನ್ನು

ನೀಡಿದ್ದನೆಂಬುದರ ಉಲ್ಲೇಖವಿರುತ್ತದೆ. ನೀನು ಸೆರೆಸಿಕ್ಕ ಮೇಲೂ ನಿನ್ನ ಸ್ವಾತಂತ್ರ್ಯದ ವಿಚಾರಗಳನ್ನು ಬಿಡಲಿಲ್ಲ, ಜೈಲಿನಲ್ಲಿದ್ದುಕೊಂಡೇ ನೀನು ಸ್ವಾತಂತ್ರ್ಯದ ಮಹತವನ್ನು ಸಾರಿದೆ. ನಿಮ್ಮ ಪರಿವಾರದಲ್ಲಿ ಅದರ ಬಗ್ಗೆ ಜ್ಞಾನ ಮೂಡಿಸಿದೆ, ನೀನು ನೋಡಲು ದೈಹಿಕವಾಗಿ ಎಷ್ಟು ಬಲಿಷ್ಠನೋ ಮಾನಿಸಿಕವಾಗಿಯೂ ಕೂಡ ಅಷ್ಟೇ ಬಲಿಷ್ಠ.

"ನನ್ನ ಪ್ರೀತಿಯ ತಮ್ಮ ಅಷ್ಫಾಕ್, ಯಾವ ವ್ಯಕ್ತಿಯು ತನ್ನ ತಂದೆ ತಾಯಿಯ ಸರ್ವ ಸಂಪತ್ತನ್ನೂ ದೇಶದ ಸೇವೆಗೆ ಮುಡಿಪಾಗಿಟ್ಟು, ಅವರನ್ನು ಭಿಕಾರಿ ಮಾಡಿ, ದೇಶ ಸೇವೆಯೇ ಮೊದಲ ಗುರಿ ಎಂದು ತನ್ನ ತನು-ಧನ, ಸರ್ವಸ್ವವನ್ನು ದೇಶಕ್ಕಾಗಿ ಬಲಿನೀಡಿ ಇಂದು ನೇಣುಗಂಬದ ಮುಂದೆ ನಿಂತಿದ್ದಾನೋ ಅವನನ್ನು ಇಡೀ ದೇಶ ತನ್ನ ಮಗನೆಂದು ಕೊಂಡಾಡುವುದನ್ನು ಕೇಳಿ ನನಗೆ ಹೇಳಲಾಗದಷ್ಟು ಹೆಮ್ಮೆಯಾಗುತ್ತಿದೆ".

1918ರಲ್ಲಿ ಪ್ರಥಮ ಮಹಾ ವಿಶ್ವಯುದ್ಧ ಅಂತ್ಯಕಂಡಿತು. ಆದರೆ ಭಾರತದ ಆಸೆ ಮಾತ್ರ ಈಡೇರಿರಲಿಲ್ಲ, ಆ ವಿಶ್ವಯುದ್ಧದಲ್ಲಿ ಗಾಂಧೀಜಿಯ ಆಜ್ಞೆಯಂತೆ ಎಲ್ಲಾ ಭಾರತೀಯ ಯುವಕರು ಬ್ರಿಟಿಷರಿಗೆ ಸಹಾಯ ಮಾಡಿ ಅವರ ಜೊತೆ ನಿಂತು ಹೋರಾಡಿದ್ದರು, ಇದರಿಂದ ಬ್ರಿಟಿಷರು ಭಾರತದ ಮೇಲೆ ಪ್ರೀತಿ ಹೆಚ್ಚಾಗಿ ಸ್ವಾತಂತ್ರ್ಯ ಕೊಡಬಹುದೆಂಬ ಆಸೆ ಭಾರತೀಯರದ್ದಾಗಿತ್ತು. ಆದರೆ ಅವಕಾಶವಾದಿ ಬ್ರಿಟಿಷರು ಭಾರತಕ್ಕೆ ಮೋಸ ಮಾಡಿದ್ದರು, ಯುದ್ಧ ಮುಗಿದ ನಂತರ ಭಾರತದ ಸ್ವಾತಂತ್ರ್ಯದ ಬಗ್ಗೆ ಒಂದು ಮಾತನ್ನಾಡಿರಲಿಲ್ಲ.

ವಿಶ್ವಯುದ್ಧದ ನಂತರ ಬ್ರಿಟಿಷರ ಕಾನೂನುಗಳು ಇನ್ನೂ ಕಠಿಣವಾದವು, ಇದನ್ನು ವಿರೋಧಿಸಿ ದೇಶದೆಲ್ಲೆಡೆಯಿಂದ ಸ್ವಾತಂತ್ರ್ಯದ ಆಂಧೋಲನ ಶುರುವಾಯಿತು. ಬ್ರಿಟಿಷರು ಇದರಿಂದ ಚಿಂತಾಕ್ರಾಂತರಾದರು ಹೇಗಾದರೂ ಮಾಡಿ ಇದನ್ನು ನಿಲ್ಲಿಸಬೇಕೆಂದು ``ರೋಲ್ಟ್ ಮಸೂದೆ"ಯನ್ನು ಕೇಂದ್ರೀಯ

ಅಸೆಂಬ್ಲಿಯ ಮುಂದಿಟ್ಟರು, ಈ ಮಸೂದೆಗೆ ದೇಶವ್ಯಾಪಿ ವಿರೋಧ ವ್ಯಕ್ತವಾದರೂ ಸರ್ಕಾರ ಈ ಮಸೂದೆಯನ್ನು ಅಂಗೀಕರಿಸಿ ಜಾರಿಗೆ ತಂದಿತ್ತು.

ಈ ಮಸೂದೆಯ ಅನುಸಾರ ಸರ್ಕಾರ ಯಾವುದೇ ವ್ಯಕ್ತಿಗಳನ್ನು ಹೇಗಾದರೂ ಬಂಧಿಸಿ ಶಿಕ್ಷಿಸಬಹುದಾಗಿತ್ತು, ಇದರಿಂದ ಪಂಜಾಬಿನಲ್ಲಿ ವ್ಯಾಪಕ ಆಂಧೋಲನ ಶುರುವಾಗಿತ್ತು. ಎಲ್ಲೆಡೆ ಸರ್ಕಾರದ ವಿರುದ್ಧ ಕೂಗು ಕೇಳಿಬರುತ್ತಿದ್ದವು, ಈ ಮಸೂದೆಯ ದುರುಪಯೋಗಮಾಡಿಕೊಂಡು ಪಂಜಾಬಿನ ಲೆಫ್ಟಿನೆಂಟ್ ಗವರ್ನರ್ ಆಗಿದ್ದ ಸರ್ ಓ ಡೈಯರ್ ಜಲ್ಲಿಯನ್ ವಾಲಾ ಭಾಗ್ ಹತ್ಯಾಕಾಂಡ ಮಾಡಿದನು. 1919ರಲ್ಲಿ ಜಲಿಯನ್ ವಾಲಾ ಬಾಗಿನಲ್ಲಿ ಸಿಖ್ ಸಮುದಾಯದ ಚಿಂತನ ಕಾರ್ಯಕ್ರಮದಲ್ಲಿ ದಿಢೀರ್ ಆಗಮಿಸಿದ ಬ್ರಿಟಿಷ್ ಅಧಿಕಾರಿ ಡೇಯರ್ ಜಲಿಯನ್ ವಾಲಾ ಬಾಗಿನ ಎಲ್ಲಾ ದ್ವಾರಗಳನ್ನು ಮುಚ್ಚಿಸಿ ಮನಬಂದಂತೆ ಶೂಟ್ ಮಾಡಲು ಆಜ್ಞೆ ನೀಡಿದ, ಅಂದು ಭಾರತೀಯರ ಮಾರಣಹೋಮ ನಡೆದಿತ್ತು ಜನರು ದಿಕ್ಕು ತೋಚದಂತಾಗಿ ತಪ್ಪಿಸಿಕೊಳ್ಳಲು ಅಲ್ಲಿದ್ದ ಭಾವಿಗೆ ಬಿದ್ದು ಎಷ್ಟೋ ಜನ ಮೃತ ಪಟ್ಟರು, ಒಟ್ಟು 1500 ಅಮಾಯಕ ಸಿಖ್ ಜನರನ್ನು ಬ್ರಿಟಿಷ್ ಸರ್ಕಾರ ಬಲಿ ತೆಗೆದುಕೊಂಡಿತ್ತು. ಇದಕ್ಕೆ ದೇಶದೆಲ್ಲೆಡೆಯಿಂದ ವ್ಯಾಪಕ ವಿರೋಧ ವ್ಯಕ್ತವಾಗಿತ್ತು.

ಸರ್ ಓ ಡೈಯರ್

ಈ ಅಮಾನುಷ ಘಟನೆಯಿಂದ ಇಡೀ ದೇಶವೇ ನಿಶಬ್ದವಾಯಿತು. ಕೇವಲ ಭಾರತದಲ್ಲಷ್ಟೇ ಅಲ್ಲದೆ ದೇಶ ವಿದೇಶಗಳಲ್ಲೂ ಕೂಡ ಇದರ ಚರ್ಚೆ ನಡೆಯಿತು, ಇದರ ವಿರುದ್ಧ ಕೆಲ ಬ್ರಿಟಿಷ್ ಅಧಿಕಾರಿಗಳು ಕೂಡ ಡೈಯರ್ ಗೆ ಶಿಕ್ಷೆ ಆಗಬೇಕೆಂದು ಸರ್ಕಾರಕ್ಕೆ ಕೇಳಿಕೊಂಡಿದ್ದರು. ಈ ವಿಚಾರವಾಗಿ ಸರ್ ಎಡ್ವಿನ್ ಮೊಂಟಿಗೂ ಡೈಯರ್ ನ ವಿರುದ್ಧ ಜನರಲ್ ವೈಸ್ ರಾಯ್ ಗೆ ಈ ರೀತಿ ಪತ್ರ ಬರೆದು "ಡೈಯರ್ ನ ಈ ರೀತಿಯ ಮಾರಣ ಹೋಮ ನಿಜಕ್ಕೂ ಖಂಡನೀಯವಾದದ್ದು, ಇದನ್ನು ನೋಡಿ ನನಗೆ ವಿಷಾದವಾಗುತ್ತಿದೆ, ಇದಕ್ಕೆ ನನ್ನ ಸಂಪೂರ್ಣ ವಿರೋಧವಿದೆ, ಇದು ಕ್ಷಮೆಗೆ ಅರ್ಹವಾದ ಕೃತ್ಯವಲ್ಲವೇ ಅಲ್ಲ, ಆದರೆ ಸರ್ಕಾರ ಅವರನ್ನು ಕ್ಷಮಿಸಿರುವುದು ಅತ್ಯಂತ ವಿಷಾಧನೀಯ,

ಸರ್ದಾರ್ ಉದ್ಧಮ್ ಸಿಂಗ್ ಬ್ರಿಟಿಷ್ ಅಧಿಕಾರಿ ಸರ್ ಡಯೆರ್ ನನ್ನು ಕೊಂದ ದೃಶ್ಯ

ಅವರಿಗೆ ನೀವು ಶಿಕ್ಷೆ ನೀಡದಿದ್ದರೆ ಅದರ ಪರಿಣಾಮವನ್ನು ಸರ್ಕಾರ

ಎದುರಿಸಬೇಕಾಗುತ್ತದೆ" ಎಂದು ಎಚ್ಚರಿಕೆ ನೀಡಿದ್ದರು. ಜಲಿಯನ್ ವಾಲಾ ಬಾಗಿನಲ್ಲಿ ಒಬ್ಬ ಹುಡುಗ ದಣಿದ ಜನರಿಗೆ ನೀರು ಕೊಡುವ ಕೆಲಸ ಮಾಡುತ್ತಿದ್ದ, ಆ ಹತ್ಯಾಕಾಂಡದಲ್ಲಿ ಅವನು ತನ್ನ ತಂದೆ, ತಾಯಿ, ಬಂಧು ಬಳಗ ಎಲ್ಲವನ್ನು ಕಳೆದುಕೊಂಡಿದ್ದ, ಹೇಗಾದರೂ ಮಾಡಿ ಅವನ ವಿರುದ್ಧ ಸೇಡು ತೀರಿಸಿಕೊಳ್ಳಲೇಬೇಕು ಎಂದು ಪಣ ತೊಟ್ಟಿದ್ದ, 21 ವರ್ಷಗಳ ಕಾಲ ತನ್ನ ಸೇಡನ್ನು ಹೊಟ್ಟೆಯಲ್ಲಿ ಇಟ್ಟುಕೊಂಡಿದ್ದ ಆತ ಕೊನೆಗೊ 1940 ರಲ್ಲಿ ಅದೇ ಬ್ರಿಟಿಷರ ದೇಶಕ್ಕೆ ಹೋಗಿ ಎಲ್ಲರ ಸಮ್ಮುಖದಲ್ಲಿ ಅವನನ್ನು ಶೂಟ್ ಮಾಡಿ ಎಲ್ಲರ ಆತ್ಮಗಳಿಗೆ ಶಾಂತಿ ಕರುಣಿಸಿದ್ದ, ಆದರೆ ಬ್ರಿಟಿಷರು ಅದಾದ ಎರಡೇ ತಿಂಗಳುಗಳಲ್ಲಿ ಅವನನ್ನು ಗಲ್ಲಿಗೇರಿಸಿದ್ದರು. ಆ ಯುವಕನ ಹೆಸರೇ "ಸರ್ದಾರ್ ಉದ್ದಮ್ ಸಿಂಗ್". ಉದ್ದಮ್ ಸಿಂಗ್ ಇಂದಿಗೂ ಅಜರಾಮರ..

5. ಡಕಾಯತಿಯ ನಿರ್ಣಯ

ಕ್ರಾಂತಿಕಾರಿ ದಳವನ್ನು ಬಲಿಷ್ಠ ಮಾಡಲು ರಾಮ್ ಪ್ರಸಾದ್ ಬಿಸ್ಮಿಲ್ಲರು ಆಗ್ರಾ, ಮೀರತ್ , ರಾಯ್ ಬರೇಲಿ ಮುಂತಾದ ನಗರಗಳಲ್ಲಿ ಸುತ್ತಾಡಿದ್ದರು, ಮಣಿಪುರಿ ಕೇಸಿನ ನಂತರ ಬಹಳಷ್ಟು ಜನ ಬಿಸ್ಮಿಲ್ಲರ ಜೊತೆ ಕೈ ಜೋಡಿಸಲು ಹಿಂಜರಿಯುತ್ತಿದ್ದರು, ಪೊಲೀಸರು ತಮ್ಮನ್ನು ಬಂಧಿಸಬಹುದೆಂಬ ಭಯ ಅವರಲ್ಲಿ ಕಾಡಿತ್ತು. ಆದರೆ ಬಿಸ್ಮಿಲ್ಲರು ತಮ್ಮ ಮಾತಿನ ಚಾಣಾಕ್ಷತನದಿಂದ ಅವರೆಲ್ಲರನ್ನು ತಮ್ಮ ವಿಶ್ವಾಸಕ್ಕೆ ತೆಗೆದುಕೊಂಡರು, ಹಾಗಾಗಿ ಅವರ ಕ್ರಾಂತಿಕಾರಿ ಸಂಘಟನೆಗೆ ಹಳೆ ಗೆಳೆಯರು ಮತ್ತು ಹೊಸ ನವಯುವಕರು ಕೈ ಜೋಡಿಸಿದ್ದರು.

ಕ್ರಾಂತಿಕಾರಿ ದಳವು ಬಲಿಷ್ಠಗೊಳ್ಳುತಿರುವುದನ್ನು ಕಂಡು ಸಚಿಂದ್ರನಾಥ್ ಸನ್ಯಾಲ್ ``ದಿ ರೆವೊಲ್ಯೂಷನರಿ" ಎಂಬ ಹೆಸರಿನ ಒಂದು ಕರಪತ್ರವನ್ನು ಮುದ್ರಿಸಿ ಅದನ್ನು ಹಂಚುವ ಜವಾಬ್ದಾರಿಯನ್ನು ಬಿಸ್ಮಿಲ್ಲರಿಗೆ ನೀಡಿದರು, ಅದರ ನಿರ್ವಹಣೆಯನ್ನು ಬಿಸ್ಮಿಲ್ಲರು ಅಚ್ಚುಕಟ್ಟಾಗಿ ಮಾಡಿದ್ದರು, ಸರ್ಕಾರವು ಈ ಕರಪತ್ರದ ವಿತರಣೆ ಮತ್ತು ಅದರಿಲ್ಲಿದ್ದ ವಿಚಾರವನ್ನು ನೋಡಿ ಆಶ್ಚರ್ಯಗೊಂಡಿತು, ಈ ಪತ್ರವನ್ನು ಬರೆದವರು ಯಾರು ಎಂದು ತಿಳಿಯಲು ಸರ್ಕಾರ ವ್ಯರ್ಥ ಪ್ರಯತ್ನವೊಂದನ್ನು ಮಾಡಿತ್ತು.

``**ದಿ ರೆವೊಲ್ಯೂಷನರಿ**" ಪತ್ರದಲ್ಲಿನ ಸಾರಾಂಶ.

"ಬ್ರಹ್ಮಾಂಡಗಳಲ್ಲಿನ ಧೂಳಿನ ಕಣಗಳು ಸೇರಿ ಒಂದು ಸುಂದರವಾದ ನಕ್ಷತ್ರ ಉದಯಿಸುತ್ತದೆ, ಜೀವದ ಹುಟ್ಟು ಕೂಡ ತಾಯಿಯ ನೋವಿನಿಂದ ಆರಂಭವಾಗುತ್ತದೆ, ಅದೇ ರೀತಿ ಈಗ ಭಾರತದ ಹೊಸ ಜನನವಾಗುತ್ತಿದೆ, ಬ್ರಹ್ಮಾಂಡದ ಕಣಗಳು ಒಗ್ಗೂಡುವಾಗ ಹೇಗೆ ಅವು ಒಂದು ಸುಂದರ ನಕ್ಷತ್ರದ ಕಾರಣಕ್ಕಾಗಿ ಒಗ್ಗೂಡುತ್ತದೆಯೋ, ಅದೇ ರೀತಿ ಎಲ್ಲಾ

ಭಾರತೀಯರು ಒಗ್ಗೂಡುವ ಸಮಯ ಬಂದಿದೆ, ತಾಯಿಯ ನೋವಿನಂತೆ ನೋವು ಪಡಲು ನಾವು ಸಿದ್ಧರಿದ್ದೇವೆ, ನಮ್ಮ ಜೊತೆ ಕೈ ಜೋಡಿಸಲು ನಿಮ್ಮಂಥ ಸಾವಿರಾರು ಜನರ ಅಗತ್ಯವಿದೆ.

ಭಾರತೀಯ ನವ ಯುವಕರೇ, ನಿಮ್ಮ ನಿಮ್ಮ ಭ್ರಮೆಗಳನ್ನು ಹೋಗಲಾಡಿಸಿ, ಧೈರ್ಯದಿಂದ ನಮ್ಮೊಂದಿಗೆ ಕೈ ಜೋಡಿಸಿ, ಹಿಂದೂಸ್ತಾನಕ್ಕೆ ಸಂಘರ್ಷ, ಕಷ್ಟ ಮತ್ತು ತ್ಯಾಗ ಬಲಿದಾನಗಳ ಅಗತ್ಯವಿದೆ. ಶಾಂತಿ ಮತ್ತು ಕಾನೂನಿನಿಂದ ಭಾರತಕ್ಕೆ ಸ್ವಾತಂತ್ರ್ಯ ಸಿಗುವ ಯಾವ ಸಾಧ್ಯತೆಗಳೂ ಇಲ್ಲ, ಬ್ರಿಟಿಷರಿಗೆ ಭಾರತದ ಶಾಸನಗಳನ್ನು ಬರೆಯುವ ಯಾವುದೇ ಹಕ್ಕು ಇಲ್ಲ, ನಾವು ಅವರ ಯಾವುದೇ ವ್ಯವಸ್ಥೆಯನ್ನಾಗಲಿ, ಅವರ ನೀತಿಗಳನ್ನಾಗಲೀ ಪಾಲಿಸಬಾರದು.

ಭಾರತದ ಕ್ರಾಂತಿಕಾರಿಗಳು ಯಾವುದೇ ರೀತಿಯ ಆತಂಕವಾದಿಗಳಲ್ಲ, ಹಾಗೂ ಭಯೋದ್ಪಾದಕರಲ್ಲ, ಅವರ ಉದ್ದೇಶ ಭಾರತದಲ್ಲಿ ಅಶಾಂತಿಯನ್ನುಂಟು ಮಾಡುವುದಲ್ಲ, ಅವರ ಉದ್ದೇಶ ಬ್ರಿಟಿಷರ ಎದೆಯಲ್ಲಿ ನಡುಕವನ್ನುಂಟು ಮಾಡುವುದು ಮತ್ತು ಅವರಿಗೆ ನಮ್ಮ ಸಾಮರ್ಥ್ಯವನ್ನು ತೋರಿಸುವುದು. ಕ್ರಾಂತಿಕಾರಿಗಳು ಒಂದು ಯಶಸ್ಸಿನ ರಾಷ್ಟ್ರದ ನಿರ್ಮಾಣಕ್ಕೆ ಸಾವಿರಾರು ದೇಶವಾಸಿಗಳ ಬಲಿದಾನದ ಅಗತ್ಯವಿದೆ ಎಂದು ನಂಬಿದ್ದಾರೆ, ಅವರು ತಮ್ಮ ಸುಖ, ಸ್ವಾರ್ಥ, ಜೀವನ ಮತ್ತು ಜೀವಕ್ಕಿಂತ ದೇಶವನ್ನು ಹೆಚ್ಚು ಪ್ರೀತಿಸುತ್ತಾರೆ, ಮತ್ತು ಅದಕ್ಕಾಗಿ ಸಾಯಲು ಸಿದ್ಧರಿದ್ದಾರೆ".

-ವಿಜಯ್ ಕುಮಾರ್
ಅಧ್ಯಕ್ಷ
ಕೇಂದ್ರೀಯ ಸಮಿತಿ
ಹಿಂದೂಸ್ತಾನ ರಿಪಬ್ಲಿಕನ್ ಪಾರ್ಟಿ.

ಈ ಕರಪತ್ರವನ್ನು ಸಚಿಂದ್ರನಾಥ್ ಸನ್ಯಾಲ್, ವಿಜಯ್ ಕುಮಾರ್ ಎಂಬ ಅನಾಮಿಕನ ಹೆಸರಿನಲ್ಲಿ ಬರೆದು ಹಂಚಿದ್ದರು, ಈ ಪತ್ರವನ್ನು ನೋಡಿದ ಸರ್ಕಾರಕ್ಕೆ ಯಾವ ಕ್ರಾಂತಿಕಾರಿ ಸಂಘಟನೆಗಳು ನಿರ್ಜೀವವಾಗಿದ್ದವೋ ಅವಕ್ಕೆ ಮತ್ತೆ ಪುನರ್ಜನ್ಮ ಬಂದಿದೆ ಎಂದು ಎಚ್ಚೆತ್ತುಕೊಂಡಿತು.

ಈ ಪತ್ರವು ಜನಮನದಲ್ಲಿ ಮತ್ತು ಸರ್ಕಾರದಲ್ಲಿ ಹೊಸ ಸಂಚಲನವನ್ನುಂಟು ಮಾಡಿತ್ತು. ಇದರಿಂದ ಉತ್ಸುಕರಾದ ಸಚಿಂದ್ರನಾಥ್ ಸನ್ಯಾಲ್ "**ದೇಶವಾಸಿಗಳಿಗೆ ನಿವೇದನೆ**" ಎಂಬ ಮತ್ತೊಂದು ಪತ್ರವನ್ನು ಬರೆದು ಹಂಚಿದರು.

ಕ್ರಾಂತಿಕಾರಿ ಪತ್ರಗಳನ್ನು ಅಂದು ಉತ್ತರ ಭಾರತದಲ್ಲಿ ಹಂಚಿದ್ದ ಮನ್ಮಥನಾಥ್ ಗುಪ್ತ ಪತ್ರ ಬರೆಯುವ ಉದ್ದೇಶವನ್ನು ಈ ರೀತಿ ಹಂಚಿಕೊಂಡಿದ್ದಾರೆ.

"ನಾವು ನಮ್ಮ ಕ್ರಾಂತಿಕಾರಿ ಪಕ್ಷಕ್ಕೆ ಜನರನ್ನು ಸೇರಿಸಿಕೊಳ್ಳುವ ಸಲುವಾಗಿ ಪ್ರಚೋದನಕಾರಿ ಸಾಹಿತ್ಯವನ್ನು ಉಪಯೋಗಿಸಿದ್ದೆವು, ಈ ಕೆಲಸದಲ್ಲಿ ಸಚಿಂದ್ರನಾಥ್ ಸನ್ಯಾಲ್ ಬಹಳ ಬುದ್ಧಿವಂತರಾಗಿದ್ದರು, ಸಮಾಜವಾದಿ ದಳದಲ್ಲಿ ಅವರ ಅನೇಕ ಪುಸ್ತಕಗಳು ಪ್ರಕಟಣೆಗೊಂಡಿದ್ದವು, ಅವರ ಅಣತಿಯಂತೆ ಎಲ್ಲಾ ಕ್ರಾಂತಿಕಾರಿಗಳು ಕೂಡ ಪುಸ್ತಕದ ಅಧ್ಯಯನ ಮಾಡಲೇಬೇಕಿತ್ತು. ಅದರಲ್ಲೂ ಪ್ರಮುಖವಾಗಿ ರಷ್ಯಾದ ಸ್ವಾತಂತ್ರ್ಯ ಹೋರಾಟ ಮತ್ತು ಮೊದಲ ವಿಶ್ವ ಯುದ್ಧದ ಬಗ್ಗೆ ಬರೆದ ಪುಸ್ತಕಗಳನ್ನು ಓದುತ್ತಿದ್ದೆವು.

ಸಚಿಂದ್ರನಾಥ್ ಸನ್ಯಾಲ್

ನನಗೆ ನೆನಪಿರುವ ಪ್ರಕಾರ ನಮ್ಮ ಪಕ್ಷದ ಪ್ರಚಾರಕ್ಕೆಂದು ನಾವು ಹಿಂದಿಯಲ್ಲಿ ಬರೆದಿರುವ ರಷ್ಯಾದ ಪುಸ್ತಕಗಳ್ಳನ್ನು ಗ್ರಂಥಾಲಯದಿಂದ ತರುತ್ತಿದ್ದೆವು , ಅದರಲ್ಲಿ ಒಂದು ``ರಷ್ಯಾದ ರಾಜ್ಯಕ್ರಾಂತಿ" ಎಂಬ ಪುಸ್ತಕದ ಮೇಲೆ ಸರ್ಕಾರ ನಿರ್ಬಂಧ ಹೇರಿತ್ತು. ನನ್ನನ್ನು ಪೊಲೀಸರು ಬಂಧಿಸಿದಾಗ ನನ್ನ ಮನೆಯಲ್ಲಿ ಪೊಲೀಸರಿಗೆ ಈ ಪುಸ್ತಕ ದೊರಕಿತ್ತು. ಅದರ ಜೊತೆಗೆ ``ದಿ ಸೋಷಿಯಲಿಸ್ಮ್" ಎಂಬ ಪುಸ್ತಕವನ್ನು ನಮ್ಮ ಪಕ್ಷದ ಎಲ್ಲಾ ಕಾರ್ಯಕರ್ತರೂ ಓದುತ್ತಿದ್ದರು. ಅದರಲ್ಲಿ ಸಮಾಜವಾದದ ಬಗ್ಗೆ ಬಹಳ ಸೊಗಸಾಗಿ ವರ್ಣಿಸಲಾಗಿತ್ತು, ಆ ಪುಸ್ತಕ ಎಷ್ಟರ ಮಟ್ಟಿಗೆ ನಮ್ಮ ಮನಸ್ಸು ಹೊಕ್ಕಿತ್ತು ಎಂದರೆ ನಿದ್ರೆಯಲ್ಲೆಲ್ಲಾ ನಮ್ಮ ಬಾಯಿಂದ ಪುಸ್ತಕದ ಪದಗಳು ಬರಲಾರಂಭಿಸಿತ್ತು. ನಮಗೆ ಆತಂಕವಾದದ ಸಂಘರ್ಶ ಮಾಡುವುದು ಮುಖ್ಯವಿರಲಿಲ್ಲ, ಆದರೆ ನಮಗೆ ಒಂದು ಸಮಾಜವಾದಿ ದೇಶದ ಅಗತ್ಯವಿತ್ತು, ಬಡವರು ಮತ್ತು ಶ್ರೀಮಂತರ ನಡುವೆ ಇರುವ ಅಂತರವನ್ನು ಹೋಗಲಾಡಿಸಬೇಕಿತ್ತು.

ನಾವು ಲೆನಿನ್ ಮತ್ತು ಟ್ಯಾಟ್ಸ್ಯಾಸ್ಕೈನ ಕಾರ್ಯವೈಖರಿ ನಮ್ಮ ಮೇಲೆ ಬಹಳ ಪ್ರಭಾವ ಬೀರಿದ್ದವು ಮತ್ತು ಮಾರ್ಕ್ಸ್ ಕೂಡ ನಮಗೆ ಒಬ್ಬ ಒಳ್ಳೆಯ ನಾಯಕನ ರೀತಿಯಲ್ಲಿ ಗೋಚರಿಸುತ್ತಿದ್ದ ಹಾಗೂ ಅವನ ಚಿಂತನೆಗಳ ಬಗ್ಗೆ ಇಷ್ಟ ಪಟ್ಟಿದ್ದೆವು.

ಖುದೀರಾಮ್ ಬೋಸ್

ಇದರ ಜೊತೆಗೆ ನಾವು ಖುದಿರಾಮ್ ಬೋಸ್, ಕರ್ತರ್ ಸಿಂಗ್ ಸರಾಭ, ಜತೀಂದ್ರ ಮುಖರ್ಜಿ ಮತ್ತು ಕಣ್ಣಯ್ಯ ಲಾಲ್ ಜೀವನದ ಮತ್ತು

ಕಣ್ಣಯ್ಯ ಲಾಲ್ ದತ್ತ

ಅವರ ಬಲಿದಾನಗಳ ಬಗ್ಗೆ ಓದುತ್ತಿದ್ದೆವು, ಈ ಪುಸ್ತಕಗಳ ಮೇಲೆ ನಮಗೆಲ್ಲಾ ಒಂದು ರೀತಿಯ ಆಕರ್ಷಣೆ ಮೂಡಿತ್ತು. ಈ ಪುಸ್ತಕಗಳಲ್ಲಿ ನಮಗೆ ಬಹಳ ಅಚ್ಚು ಮೆಚ್ಚಿನ ಪುಸ್ತಕವೆಂದರೆ ಅದು ಕಣ್ಣಯ್ಯ ಲಾಲನ ಜೀವನ ಚರಿತ್ರೆ. ಯಾರು ಈ ಪುಸ್ತಕವನ್ನು ಓದುತ್ತಿದ್ದರೋ ಅವರಿಗೆ ತಿಳಿಯದ ಹಾಗೆ ಅವರ ಕಣ್ಣಿನ ಅಂಚಿನಿಂದ ಕಂಬನಿಯು ಸುರಿಯುತ್ತಿತ್ತು. ಆಲಿಪುರಿ ಕೇಸಿನಲ್ಲಿ ಕಣ್ಣಯ್ಯ ಲಾಲ್ ಪ್ರಮುಖ ಸದಸ್ಯನಾಗಿ ಬಂಧಿಸಲ್ಪಟ್ಟಿದ್ದ. ಅವರ ಗುಂಪಿನಲ್ಲೇ ಒಬ್ಬ ಪೊಲೀಸರಿಗೆ ಶರಣಾಗಿ ಉಳಿದ ಕ್ರಾಂತಿಕಾರಿಗಳನೆಲ್ಲಾ ಹಿಡಿದು ಕೊಟ್ಟಿದ್ದನು, ಆದ್ದರಿಂದ ಅವನನ್ನು ಹೇಗಾದರೂ ಮಾಡಿ ಮುಗಿಸಲೇ ಬೇಕೆಂದು ತೀರ್ಮಾನಿಸಿ ಕಣ್ಣಯ್ಯ ಜೈಲಿನೊಳಗೆ ಯಾರಿಗೂ ತಿಳಿಯದಂತೆ ಒಂದು ಬಂಧೂಕನ್ನು ತರಿಸಿಕೊಂಡು ಸರ್ಕಾರಕ್ಕೆ ಶರಣಾಗಿದ್ದ ನರೇಂದ್ರ ಗೋಸ್ವಾಮಿ ಎಂಬ ನಯವಂಚಕನನ್ನು ಕೊಂದು ಮುಗಿಸಿದ್ದ, ನಂತರ ಕಣ್ಣಯ್ಯನಿಗೆ ಮರಣದಂಡನೆಯಾಯಿತು.

ನಾವು ಎಂದಿಗೂ ಈ ಮರಣದಂಡನೆಯ ಶಿಕ್ಷೆಯಿಂದ ಹೆದರಿರಲಿಲ್ಲ, ಬದಲಾಗಿ ಅದನ್ನು ದೇಶಕ್ಕಾಗಿ ನೀಡುತ್ತಿರುವ ಬಲಿದಾನವೆಂದು ತಿಳಿದಿದ್ದೆವು. ಈ ಪುಸ್ತಕಗಳಿಂದ ನಾವು ಜೈಲಿನ ಪರಿಸ್ಥಿತಿ ಹೇಗಿರುತ್ತದೆ ಮತ್ತು

ಕರ್ತಾರ್ ಸಿಂಗ್ ಸರಾಭ

ಅದನ್ನು ಹೇಗೆ ಎದುರಿಸಬೇಕು ಎಂದು ಅವಲೋಕಿಸುತ್ತಿದ್ದೆವು.

ಇದೇ ಸಮಯದಲ್ಲಿ ಬಾಂಬೆಯಲ್ಲಿ ಪ್ರಕಟವಾದ ``ಸೋಷಿಯಲಿಸ್ಟ್" ಎಂಬ ಹೆಸರಿನ ಒಂದು ಪತ್ರಿಕೆ ನಮ್ಮ ಕೈಸೇರಿತ್ತು. ಅವರೆಲ್ಲರೂ ಸೇರಿ ಒಂದು ಸಮಾಜವಾದಿ ಹೆಸರಿನ ಕಮ್ಯುನಿಸ್ಟ್ ಪಕ್ಷವೊಂದನ್ನು ಸ್ಥಾಪಿಸಿದ್ದರು. ಅದರಲ್ಲಿ ಸುಮಾರು 80 ಕಾರ್ಯಕರ್ತರಿದ್ದಾರೆ ಎಂದೂ ತಿಳಿಸಿದ್ದರು.. ಆದರೆ ಏಕಾಏಕಿ ಆ ಪಕ್ಷ ಮಾಯವಾಗಿಬಿಟ್ಟಿತ್ತು.

ನಾವು ಒಂದು ಸ್ವತಂತ್ರ ಭಾರತದ ಕನಸು ಕಾಣುತ್ತಿದ್ದೆವು. ಅದು ಸಮಾಜವಾದಿ ರಾಷ್ಟ್ರವಾಗಿರಬೇಕು, ಸಂಘ ಪ್ರಜಾತಂತ್ರದಿಂದ ಸರ್ಕಾರವು ನಡೆಯಬೇಕು, ಸದಾ ಸ್ವದೇಶೀ ವಸ್ತುಗಳನ್ನು ಉಪಯೋಗಿಸಬೇಕು ಹಾಗೂ ವಿದೇಶಿ ವಸ್ತುಗಳನ್ನು ಬಹಿಸ್ಕರಿಸಬೇಕು ಎಂದು ಯೋಚನೆ ಮಾಡಿದ್ದೆವು.

ಕ್ರಾಂತಿಕಾರಿ ದಳದ ಸಂಖ್ಯೆ ದಿನದಿಂದ ದಿನಕ್ಕೆ ಹೆಚ್ಚುತ್ತಿತ್ತು, ಪಕ್ಷದ ಪ್ರಚಾರಕ್ಕಾಗಿ ಹಾಗೂ ಕ್ರಾಂತಿಕಾರಿ ಚಟುವಟಿಕೆಗಳಿಗಾಗಿ ಹಣದ ಅಗತ್ಯವಿತ್ತು.

<u>ಈ ಸಂಧರ್ಭದ ಬಗ್ಗೆ ಬಿಸ್ಮಿಲ್ಲರು ಈ ರೀತಿ ವಿವರಿಸಿದ್ದಾರೆ.-</u>

ನಮ್ಮ ಕ್ರಾಂತಿಕಾರಿಗಳೆಲ್ಲರಿಗೂ ಒಂದಲ್ಲ ಒಂದು ಖರ್ಚು ಎದುರಾಗಿತ್ತು, ಯಾರ ಬಳಿಯೂ ಕೂಡ ಒಂದು ಒಳ್ಳೆ ಬಟ್ಟೆಗಳಿರಲಿಲ್ಲ, ಕೆಲವರು ವಿದ್ಯಾರ್ಥಿಗಳ ಸೋಗಿನಲ್ಲಿ ಧರ್ಮಛತ್ರದಲ್ಲಿ ಊಟ ಮಾಡುತ್ತಿದ್ದರು, ಇನ್ನೂ ಕೆಲವರು ಒಂದು ಹೊತ್ತಿನ ಊಟವನ್ನು ಬಿಟ್ಟಿದ್ದರು, ಒಮ್ಮೆ ನಮಗೆ 500 ರೂಪಾಯಿಗಳ ಅಗತ್ಯವಿತ್ತು, ಆದರೆ ಯಾವ ಬಳಿಯೂ ಹಣವಿರಲಿಲ್ಲ, ಆ ಪರಿಸ್ಥಿತಿ ನೋಡಿ ನನಗೆ ಬಹಳ ಹಿಂಸೆಯಾಯಿತು. ನಾನು ಕೂಡ ಹೊಟ್ಟೆ ತುಂಬಾ ಊಟ ಮಾಡಿ ಬಹಳ ದಿನಗಳು ಕಳೆದಿದ್ದವು, ಹಣದ ಸಹಾಯ ಕೋರಿ ಬಹಳಷ್ಟು ಜನಗಳ

ಮನೆಯ ಮುಂದೆ ಹೋಗಿ ನಿಂತ್ತಿದ್ದೆವು , ಅವರೆಲ್ಲರೂ ಕಾಂಗ್ರೆಸ್ ಪಕ್ಷಕ್ಕ ದೇಣಿಗೆ ನೀಡುತ್ತಿದ್ದರು, ಆದರೆ ನಮ್ಮನ್ನು ನಂಬುತಿರಲಿಲ್ಲ, ನನಗೆ ಏನು ಮಾಡಬೇಕು ಎಂಬುದೇ ತೋಚುತ್ತಿರಲಿಲ್ಲ, ಕೆಲ ಯುವಕರು ನನ್ನ ಬಳಿ ಬಂದು ಬಿಸ್ಮಿಲ್ಲರೇ ಈಗ ಏನು ಮಾಡೋಣ ಎಂಬ ಪ್ರಶ್ನೆಗಳನ್ನು ಕೇಳುತ್ತಿದ್ದರು.

ನಮ್ಮ ಬಳಿ ಒಂದು ಒಳ್ಳೆಯ ಕುರ್ತಾ ಮತ್ತು ಧೋತಿ ಇರಲಿಲ್ಲ, ಕೆಲವು ಯುವಕರು ಲಂಗೋಟಿಯಲ್ಲಿ ದಿನ ಕಳೆಯುತ್ತಿದ್ದರು, ನಾನು ಕಳೆದ 15 ವರ್ಷಗಳಿಂದ ನಿತ್ಯವೂ ಒಂದು ಲೋಟ ಹಾಲನ್ನು ಕುಡಿಯುತ್ತಿದ್ದೆ, ಈ ಪರಿಸ್ಥಿತಿ ನೋಡಿ ನಾನು ಹಾಲನ್ನು ಕುಡಿಯುವುದನ್ನು ನಿಲ್ಲಿಸಿ ಬಿಟ್ಟಿದ್ದೆ. ನಾನು ಇಷ್ಟು ಜನ ನವಯುವಕರನ್ನು ಕ್ರಾಂತಿಕಾರಿ ದಳಕ್ಕೆ ಕರೆತಂದು ಏನು ಮಾಡಲು ಹೊರಟಿದ್ದೇನೆ ಎಂಬುದೇ ತೋಚಲಿಲ್ಲ, ಈ ರೀತಿ ಜೀವನದಲ್ಲಿ ಅವರು ಮುಂದೆ ಎಲ್ಲಿ ಹೋಗಿ ನಿಲ್ಲುತ್ತಾರೆ ಎಂದು ಭಯವಾಯಿತು.

ಡಕಾಯತಿಯ ನಿರ್ಧಾರ

ಆ ಯುವಕರೆಲ್ಲರೂ ನಮ್ಮ ಕ್ರಾಂತಿಕಾರಿ ಸಂಘವನ್ನು ಸೇರುವಾಗ ಬಹಳ ಆಸೆಗಳೊಂದಿಗೆ ಸೇರಿದ್ದರು, ಹಲವರು ತಮ್ಮ ವಿಧ್ಯಾಭ್ಯಾಸವನ್ನು ಮೊಟಕುಗೊಳಿಸಿ ನಮ್ಮ ಪಕ್ಷ ಸೇರಿದ್ದರು, ಅವರನ್ನೆಲ್ಲ ನಾನು ಹೇಗೆ

ಸಂಭಾಳಿಸಲಿ ಎಂಬ ಪ್ರಶ್ನೆ ನನ್ನನ್ನು ಸದಾ ಕಾಡುತ್ತಿತ್ತು. ಆದ್ದರಿಂದ ನಾನೊಂದು ಕಠಿಣವಾದ ತೀರ್ಮಾನಕ್ಕೆ ಬಂದಿದ್ದೆ, ದೇಶದ ಒಳಿತಿಗಾಗಿ ಹೋರಾಟ ಮಾಡಲು ಹೊರಟಾಗ ದರೋಡೆ ಮಾಡುವುದು ತಪ್ಪು ಎಂದು ಅನಿಸಲಿಲ್ಲ, ಆದ್ದರಿಂದ ದರೋಡೆ ಮಾಡುವ ತೀರ್ಮಾನಕ್ಕೆ ಬಂದಿದ್ದೆ, ನಾನು ಎಲ್ಲಾ ಕ್ರಾಂತಿಕಾರಿಗಳನ್ನು ಕರೆದು ನನ್ನ ಇಂಗಿತವನ್ನು ತಿಳಿಸಿದ್ದೆ, ನಮ್ಮ ಪರಿಸ್ಥಿತಿಯ ಅರಿವಿದ್ದ ಅವರಿಗೆ ನನ್ನ ತೀರ್ಮಾನ ಒಳ್ಳೆಯದು ಎಂದು ಉತ್ತರಿಸಿದರು, ಎಲ್ಲರೂ ಕೂಡಿ ದರೋಡೆ ಮಾಡುವ ನಿರ್ಣಯ ಕೈಗೊಂಡಿದ್ದೆವು.

ಇವರ ಗುಂಪು ಮೊದಲ ದರೋಡೆಯನ್ನು ಪಿಲಿಭಿಟ್ ಜಿಲ್ಲೆಯ ಭಾಮ್ರೌಲಿ ಗ್ರಾಮದಲ್ಲಿ ನಡೆಸಿತು. ಅಲ್ಲಿನ ಸಕ್ಕರೆ ಕಾರ್ಖಾನೆ ಮಾಲೀಕ ಮತ್ತು ಆ ಊರಿನ ಶ್ರೀಮಂತ ಬಾಲ್ದಿಯೊ ಪ್ರಸಾದ್ ರವರ ಮನೆಗೆ ಸಂಜೆ ಸುಮಾರು ಎಂಟು ಗಂಟೆಗೆ 20 ಯುವಕರ ಗುಂಪೊಂದು ಲಗ್ಗೆ ಇಟ್ಟಿತು. ಹಲವರ ಕೈಗಳಲ್ಲಿ ಶಸ್ತ್ರಾಸ್ತ್ರಗಳಿದ್ದವು, ಆಗ ಬಾಲ್ದಿಯೊ ಪ್ರಸಾದ್ ಮಹಡಿಯ ಮೇಲಿಂದ ಓಡಿ ಹೋಗಲು ಪ್ರಯತ್ನಿಸಿದರು, ಆಗ ಆ ಗುಂಪಿನಲ್ಲಿ ಒಬ್ಬ ವ್ಯಕ್ತಿ ಅವರ ಕತ್ತಿಗೆ ಮೊದಲ ಗುಂಡು ಹಾರಿಸಿದ, ಆದರೂ ಪಕ್ಕದ ಮನೆಗೆ ಹಾರಲು ಪ್ರಯತ್ನಿಸಿದಾಗ ಮತ್ತೊಂದು ಗುಂಡು ಅವರ ಕಾಲಿಗೆ ತಗುಲಿತ್ತು, ಅದೃಷ್ಟದಿಂದ ಆತನ ಪ್ರಾಣಕ್ಕೆ ಏನೂ ಅಪಾಯವಾಗಲಿಲ್ಲ. ಆಗ ಆ ಊರಿನ ನಾಗರೀಕರೆಲ್ಲಾ ಕೂಡಿ ದರೋಡೆಕೋರರ ಮೇಲೆ ಕಲ್ಲುಗಳನ್ನು ಎಸೆಯಲು ಆರಂಭಿಸಿದರು, ಆಗ ಕ್ರಾಂತಿಕಾರಿ ದರೋಡೆಕೋರರೂ ಕೂಡ ತಮ್ಮ ಬಂಧೂಕಿನಿಂದ ಗುಂಡು ಸಿಡಿಸಿ ಸುಮಾರು ಏಳು ಜನರನ್ನು ಗಾಯಗೊಳಿಸಿದರು.

ಆ ಊರಿನ ಪೈಲ್ವಾನ ಮೋಹನ್, ಮುಂದೆ ಬಂದು ಕ್ರಾಂತಿಕಾರಿಗಳನ್ನು ಕುರಿತು, "ನಿಮಗೆ ಧೈರ್ಯವಿದ್ದರೆ ಮುಂದೆ ಬನ್ನಿ, ಕೈ ಕೈ ಮಿಲಾಯಿಸಿ

ಹೋರಾಡೋಣ" ಎಂದು ಕ್ರಾಂತಿಕಾರಿಗಳ ಹತ್ತಿರ ಬರಲು ಆರಂಭಿಸಿದನು, ಅಷ್ಟರಲ್ಲಿ ಒಬ್ಬ ಕ್ರಾಂತಿಕಾರಿ ಅವನ ಮೇಲೆ ಗುಂಡು ಹಾರಿಸಿ, ಅವನನ್ನು ಕೊಂದುಬಿಟ್ಟನು. ಅಲ್ಲಿಂದ ಹೇಗೋ ಕ್ರಾಂತಿಕಾರಿಗಳು ತಪ್ಪಿಸಿಕೊಂಡು ಬಂದರು, ಆ ದರೋಡೆಯಲ್ಲಿ ಅವರಿಗೆ ಒಟ್ಟು 1600 ರೂಪಾಯಿ ಮತ್ತು 4000 ರೂ ಬೆಲೆಬಾಳುವ ಒಡವೆಗಳು ದೊರಕಿದ್ದವು.

9 ಮಾರ್ಚ್ 1925 ರಂದು ಪಿಲಿಭಿಟ್ ಜಿಲ್ಲೆಯ ಬಿಚ್ಪುರಿ ಗ್ರಾಮದ ಶ್ರೀಮಂತ ಥೋತಿ ಎಂಬುವವರ ಮನೆಯಲ್ಲಿ ದರೋಡೆ ನಡೆಸಿತು. ಥೋತಿಯವರಿಗೆ ಸುಮಾರು ಮೂವತ್ತು ಎಕರೆಯಷ್ಟು ತೋಟವಿತ್ತು. ರಾತ್ರಿ ಸುಮಾರು 9 ರಿಂದ 10 ರ ನಡುವೆ 15 ಜನರ ಕ್ರಾಂತಿಕಾರಿಗಳ ಗುಂಪೊಂದು ಧಿಡೀರನೆ ಅವರ ಮನೆಗೆ ಆಗಮಿಸಿತು. ಅವರ ಬಳಿ ಬಂಧೂಕುಗಳಿದ್ದವು, ಈ ಬಾರಿಯ ದರೋಡೆ ಬಹಳಷ್ಟು ಹಿಂಸಾತ್ಮಕ ರೀತಿಯಲ್ಲಿ ನಡೆದಿತ್ತು. ಒಬ್ಬ ಕ್ರಾಂತಿಕಾರಿ ಥೋತಿಯವರ ಮಗನನ್ನು ಹಿಡಿದುಕೊಂಡು ಅವನ ಕತ್ತಿಗೆ ಚಾಕುವನ್ನು ಇಟ್ಟು, ಥೋತಿಯವರಿಗೆ ಹಣದ ಪೆಟ್ಟಿಗೆಯನ್ನು ನೀಡಲು ಬೆದರಿಸುತ್ತಿದ್ದರು, ಉಳಿದವರು ಆ ಮನೆಯ ಹೆಂಗಸರನ್ನು ಒಂದು ಮೂಲೆಯಲ್ಲಿ ಕೂಡಿಹಾಕಿದ್ದರು, ಆದರೆ ಥೋತಿ ಹಣ ನೀಡಲು ನಿರಾಕರಿಸಿದ್ದಾಗ ಅವರ ಮಗನ ಕಣ್ಣಿನ ಕೆಳಗೆ ಚಾಕುವಿನಿಂದ ಗಾಯಗೊಳಿಸಿದರು, ಆಗ ಥೋತಿ ಹೆದರಿ ಹಣ ನೀಡಲು ನಿರ್ಧರಿಸಿದ. ಈ ದರೋಡೆಯಲ್ಲಿ ಶಾಲ್ ಲಾಲ್ ಮತ್ತು ದುಲ್ಲಿ ಎಂಬ ಇಂಬ ಇಬ್ಬರು ಮನೆಯ ಯುವಕರಿಗೆ ಬಂದೂಕಿನಿಂದ ಗುಂಡು ಹಾರಿಸಿದ್ದರು, ಅದರಲ್ಲಿ ಶಾಲ್ ಲಾಲ್ ಮೃತಪಟ್ಟಿದ್ದ ಮತ್ತು ದುಲ್ಲಿ ಗಾಯಗೊಂಡಿದ್ದ.ಅಷ್ಟು ಹಿಂಸಾತ್ಮಕ ರೀತಿಯ ದರೋಡೆಯಲ್ಲಿ ಅವರಿಗೆ ಕೇವಲ 800 ರೂಪಾಯಿ ಮಾತ್ರ ದೊರಕಿತ್ತು.

24 ಮೇ 1925 ರಂದು ಇದೇ ಕ್ರಾಂತಿಕಾರಿಗಳ ಗುಂಪು ಪ್ರತಾಪಗಡ ಜಿಲ್ಲೆಯ ದ್ವಾರಕಾಪುರದಲ್ಲಿ ದರೋಡೆ ಮಾಡಲು ಮುಂದಾದರು. ಈ ಬಾರಿ ಶಿಯೋ ರತನ್ ವೈಶ್ಯ ಎಂಬುವರ ಮನೆಗೆ ಕ್ರಾಂತಿಕಾರಿಗಳ ಗುಂಪು ರಾತ್ರಿ

ಸುಮಾರು 9 ಗಂಟೆಗೆ ದರೋಡೆ ಮಾಡಲು ಬಂದರು, ಅಲ್ಲಿಯೂ ಕೂಡ ಅವರು ತಮ್ಮ ಬಂಧೂಕುಗಳಿಂದ ಹಲವು ಬಾರಿ ಗುಂಡು ಹಾರಿಸಿದ್ದರು, ಈ ಬಾರಿ ಆ ಊರಿನ ರಾಮ್ ಶರಣ್ ಎಂಬ ವ್ಯಕ್ತಿ ಮೃತಪಟ್ಟಿದ್ದ ಮತ್ತು ಹಲವಾರು ಗಾಯಗೊಂಡಿದ್ದರು. ಇಲ್ಲಿ ಅವರಿಗೆ ಒಟ್ಟು 2000 ದೊರಕಿದ್ದವು.
ಈ ಎಲ್ಲಾ ದರೋಡೆಗಳಲ್ಲೂ ರಾಮ್ ಪ್ರಸಾದ್ ಬಿಸ್ಮಿಲ್ ಮತ್ತು ಅಷ್ಫಾಕ್ ಉಲ್ಲಾ ಖಾನ್ ಮುಂದಾಳತ್ವ ವಹಿಸಿದ್ದರು. ಆದರೆ ದರೋಡೆಯ ನಡುವೆ ಮೃತಪಟ್ಟ ಜನರನ್ನು ನೆನೆದು ಬಹಳ ಮರುಕ ಪಟ್ಟಿದ್ದರು, ಮುಂದೆ ಎಂದೂ ಕೂಡ ಭಾರತೀಯ ಜನರ ಮನೆಯಲ್ಲಿ ದರೋಡೆ ಮಾಡುವುದು ಬೇಡ ಎಂಬ ನಿರ್ಣಯಕ್ಕೆ ಬಂದಿದ್ದರು, ಆದರೆ ಹಣಕ್ಕಾಗಿ ಏನು ಮಾಡೋದು ಎಂದು ಯೋಚಿಸಿದಾಗ ದರೋಡೆ ಮಾಡಿದರೆ ಸರ್ಕಾರದ ಸಂಪತ್ತನ್ನೇ ದೋಚೋಣ ಎಂದು ತೀರ್ಮಾನ ಮಾಡಿದ್ದರು.

ಒಂದು ದಿನ ರಾಮ್ ಪ್ರಸಾದ್ ಬಿಸ್ಮಿಲ್ಲರು ರೈಲಿನಲ್ಲಿ ಹೋಗುವಾಗ, ರೈಲ್ವೆ ನಿಲ್ದಾಣದಲ್ಲಿ ಜನರು ಟಿಕೆಟ್ ಖರೀದಿಸಿದ ದುಡ್ಡನ್ನೆಲ್ಲಾ ಒಂದು ಗಂಟು ಕಟ್ಟಿ ಒಂದು ದೊಡ್ಡ ಪೆಟ್ಟಿಗೆಯಲ್ಲಿ ಹಾಕುತ್ತಿದ್ದರು, ಅಂದು ಅದನ್ನು ಗಮನಿಸಿದ ಅವರು ಈ ಖಜಾನೆಯನ್ನೇ ದರೋಡೆ ಮಾಡೋಣ ಎಂದು ಯೋಚಿಸಿದರು.

ಇದರ ಬಗ್ಗೆ ಬಿಸ್ಮಿಲ್ಲರು ತಮ್ಮ ಆತ್ಮಕಥೆಯಲ್ಲಿ ಈ ರೀತಿ ತಿಳಿಸಿದ್ದಾರೆ.-

ನಮಗೆ ಹಣದ ಅವಶ್ಯಕತೆ ತುಂಬಾ ಇತ್ತು, ಆದರೆ ಅದನ್ನು ಗಳಿಸುವುದು ಹೇಗೆ, ಕ್ರಾಂತಿಕಾರಿ ಚಟುವಟಿಕೆಗಳಿಗೆ ಕೂಡ ಹಣ ಹೊಂದಿಸಲು ಆಗುತ್ತಿರಲಿಲ್ಲ, ಆದ್ದರಿಂದ ಡಕಯಿತಿಯನ್ನು ಹೊರತು ಪಡಿಸಿ ನಮಗೆ ಬೇರೆ ದಾರಿಯೇ ಇರಲಿಲ್ಲ, ಬ್ರಿಟಿಷರು ನಮ್ಮ ಹಣವನ್ನು ನಮ್ಮಿಂದಲೇ ಕಿತ್ತುಕೊಂಡು ಇಂಗ್ಲೆಂಡಿಗೆ ಕದ್ದೊಯ್ಯುತ್ತಿದ್ದಾರೆ, ಆದ್ದರಿಂದ ನಾವು ಆ ಹಣವನ್ನೇ ದೋಚಿಬಿಡೋಣ ಎಂದು ತೀರ್ಮಾನಿಸಿದೆವು.

ಅಂದಿನಿಂದ ನಾವು ಆ ಹಣವನ್ನು ಹೇಗೆ ಸಾಗಿಸುತ್ತಾರೆ ಎಂದು ಗುಪ್ತವಾಗಿ ಗಮನಿಸುತ್ತಿದ್ದೆವು , ಒಂದು ಖಾಲಿ ಕಬ್ಬಿಣದ ಪೆಟ್ಟಿಗೆಗೆ ಸಹರಾನ್ಪುರದಲ್ಲಿ ಅಲ್ಲಿನ ಹಣದ ಗಂಟನ್ನು ಹಾಕಿ ಬೀಗ ಹಾಕಿ ರೈಲಿನಲ್ಲಿ ತುಂಬಿ ಮುಂದಿನ ನಿಲ್ದಾಣಕ್ಕೆ ಕಳಿಸುತ್ತಿದ್ದರು, ಹೀಗೆ ಎಲ್ಲಾ ನಿಲ್ದಾಣಗಳಲ್ಲೂ ಆ ಪೆಟ್ಟಿಗೆಯನ್ನು ಇಳಿಸಿ ಅದಕ್ಕೆ ದುಡ್ಡಿನ ಗಂಟನ್ನು ಹಾಕಿ ಮತ್ತೆ ಬೀಗ ಹಾಕಿ ರೈಲಿನಲ್ಲಿ ತುಂಬುತ್ತಿದ್ದರು. ಇದನ್ನು ಅರಿತ ನಾನು ಲಖನೌಗೆ ಆ ಪೆಟ್ಟಿಗೆ ಬರುವಷ್ಟರಲ್ಲಿ ಸುಮಾರು 10,000 ರೂಪಾಯಿಗಳಾದರು ತುಂಬಿರುತ್ತದೆ ಎಂದು ಅಂದಾಜಿಸಿದೆ. ಇದನ್ನು ನಮ್ಮ ಕಾರ್ಯಕರ್ತರೊಂದಿಗೆ ಹಂಚಿಕೊಂಡಾಗ ಅವರು ಇದಕ್ಕೆ ಒಪ್ಪಿದರು, ಯಾವುದಾದರೂ ಜನಸಂಖ್ಯೆ ಕಡಿಮೆ ಇರುವ ನಿಲ್ದಾಣದಲ್ಲಿ ದರೋಡೆ ಮಾಡೋಣ ಎಂದು ಮೊದಲು ಅಂದುಕೊಂಡೆವು, ಆದರೆ ಅದಕ್ಕೆ ಬಹಳ ಜನರ ಅಗತ್ಯವಿತ್ತು, ನಮ್ಮ ಕ್ರಾಂತಿಕಾರಿಗಳ ಸಂಖ್ಯೆ ಕಡಿಮೆ ಇದ್ದ ಕಾರಣ ನಾವು ಯಾರು ಇಲ್ಲದ ನಿರ್ಜನ ಪ್ರದೇಶದಲ್ಲಿ ರೈಲಿನ ಚೈನನ್ನು ಎಳೆದು, ರೈಲನ್ನು ನಿಲ್ಲಿಸಿ ದರೋಡೆ ಮಾಡೋಣ ಎಂದು ತೀರ್ಮಾನಿಸಿದೆವು, ಆದರೆ ಮೊದಲು ಅಷ್ಫಾಕ್ ಇದಕ್ಕೆ ಒಪ್ಪಲಿಲ್ಲ, ಅವನು ಈ ರೀತಿ ದೊಡ್ಡ ಮಟ್ಟದ ದರೋಡೆ ಮಾಡಲು ನಮ್ಮ ತಂಡ ಇನ್ನೂ ಬಲಿಷ್ಠಗೊಂಡಿಲ್ಲ ಮತ್ತು ಒಂದು ಚಿಕ್ಕ ಮಟ್ಟದಲ್ಲೂ ಕೂಡ ಈ ಮಾಹಿತಿ ಸೋರಿಕೆಯಾದರೆ ಮುಂದೆ ದೊಡ್ಡ ಸವಾಲನ್ನು ಎದುರಿಸಬೇಕಾಗುತ್ತದೆ ಎಂದ, ಆದರೆ ಎಲ್ಲರೂ ದರೋಡೆಗೆ ಬಹುಮತ ನೀಡಿದ್ದರು, ಅದನ್ನು ನೋಡಿ ಅಷ್ಫಾಕ್ ಕೂಡ ದರೋಡೆಗೆ ಒಪ್ಪಿಕೊಂಡ. ಅದರಂತೆಯೇ 9 ಆಗಸ್ಟ್ 1925 ರಂದು ರೈಲಿನಲ್ಲಿರುವ ಸರ್ಕಾರದ ಹಣವನ್ನು ದೋಚುವ ಷಡ್ಯಂತ್ರವನ್ನು ರೂಪಿಸಿದೆವು.

6. ಕಾಕೋರಿ ಷಡ್ಯಂತ್ರ

ಕಾಕೊರಿ ರೈಲಿನ ದರೋಡೆಯ ಹತ್ಯಾಕಾಂಡ

9 ಆಗಸ್ಟ್ 1925ರಂದು ಬಂಧೂಕು ಮತ್ತು ಕೆಲ ಸಲಕರಣೆಗಳೊಂದಿಗೆ ರೈಲಿನ ದರೋಡೆ ಮಾಡುವ ಸಲುವಾಗಿ ಎಲ್ಲರೂ ಹೊರಟರು. ರಾಮ್ ಪ್ರಸಾದ್ ಬಿಸ್ಮಿಲ್ಲರ ನೇತೃತ್ವದಲ್ಲಿ ` ಚಂದ್ರ ಶೇಖರ್ ಅಜಾದ್, ಮುಕುಂದಿ ಲಾಲ್ ಗುಪ್ತ, ಮನ್ಮಥ ನಾಥ್ ಗುಪ್ತ, ಕೇಶವ್ ಚಕ್ರವರ್ತಿ, ಬನವರಿ ಲಾಲ್ ಮತ್ತು ಮುರಾರಿ ಲಾಲ್ ದರೋಡೆಗೆ ಬೇಕಾದ ತಮ್ಮ ತಮ್ಮ ಸಲಕರಣೆಗಳೊಂದಿಗೆ ಬೇರೆ ಬೇರೆ ಬೋಗಿಯಲ್ಲಿ ರೈಲನ್ನು ಹತ್ತಿದ್ದರು, ಅದೇ ರೀತಿ ಅಷ್ಫಾಕನ ನೇತೃತ್ವದಲ್ಲಿ ಸಚಿಂದ್ರನಾಥ್ ಭಕ್ಷಿ ಮತ್ತು ರಾಜೇಂದ್ರ ಲಹರಿ ಎರಡನೇ ಶ್ರೇಣಿಯ ಭೋಗಿಯಲ್ಲಿ ರೈಲನ್ನು ಏರಿದರು. ಅವರೆಲ್ಲರೂ ಪೂರ್ವ ನಿರ್ಧಾರಿತ ಜಾಗ ಬಂದಾಕ್ಷಣ ರೈಲಿನ ಚೈನನ್ನು ಎಳೆದು ರೈಲನ್ನು ನಿಲ್ಲಿಸಲು ನಿರ್ಧರಿಸಿದ್ದರು. ಅದೇ ರೀತಿ ರೈಲು ಕಾಕೋರಿ ನಿಲ್ದಾಣದ ಹತ್ತಿರ ಬರುತ್ತಿದ್ದಂತೆ ಬಿಸ್ಮಿಲ್ಲರು ತನ್ನ ಕಾರ್ಯಕರ್ತನಿಗೆ ಚೈನನ್ನು ಎಳೆಯಲು ಹೇಳಿದರು, ಅದರಂತೆ ಅವನು ಚೈನನ್ನು ಎಳೆದು ರೈಲನ್ನು ನಿಲ್ಲಿಸಿಬಿಟ್ಟಿದ್ದ, ರೈಲು ನಿಂತ ತಕ್ಷಣ ಎಲ್ಲರೂ ರೈಲಿನಿಂದ ಕೆಳಗಿಳಿದು ಹಣದ ಪೆಟ್ಟಿಗೆ ಇರುವ ಜಾಗದ ಕಡೆ ಓಡಿದರು, ಕ್ರಾಂತಿಕಾರಿಗಳು ತಮ್ಮ ಬಂಧೂಕನ್ನು

ಹೊರತೆಗೆದು ಯಾರು ಕೂಡ ಅಲ್ಲಾಡಬೇಡಿ, ಕಿರುಚಾಡಿದರೆ ಸುಟ್ಟುಬಿಡುವುದಾಗಿ ಹೆದರಿಸಿ ಪೆಟ್ಟಿಗೆ ಇರುವ ಕಡೆ ಬಂದರು. ಅಲ್ಲಿ ಒಬ್ಬ ಗಾರ್ಡ್ ಪೆಟ್ಟಿಗೆಯ ಕಾವಲಿಗಾಗಿ ನಿಂತ್ತಿದ್ದ, ಆದರೆ ಕ್ರಾಂತಿಕಾರಿಗಳ ಬಳಿ ಬಂಧೂಕು ಇರುವುದನ್ನು ನೋಡಿ ಅವನು ಸುಮ್ಮನಾದ. ಪ್ರಯಾಣಿಕರೆಲ್ಲರೂ ತಮ್ಮ ಕಿಟಕಿಗಳನ್ನು ಮುಚ್ಚಿಕೊಂಡು ಹೆದರಿ ಕುಳಿತ್ತಿದ್ದರು, ನಂತರ ಆ ದೊಡ್ಡ ಪೆಟ್ಟಿಗೆಯನ್ನು ರೈಲಿನಿಂದ ಕೆಳಗಿಳಿಸಿ ಅದನ್ನು ತೆಗೆಯಲು ಪ್ರಯತ್ನಿಸಿ, ಅದು ಸಾಧ್ಯವಾಗದಿದ್ದಾಗ ಸುತ್ತಿಗೆ ಮತ್ತು ಕೊಡಲಿಗಳಿಂದ ಒಡೆದು ಹಣವನ್ನು ತೆಗೆದುಕೊಂಡು ಹೊರಟರು.

ಬಿಸ್ಮಿಲ್ಲರು ತಮ್ಮ ಆತ್ಮಕಥೆಯಲ್ಲಿ ಆ ರೋಚಕ ಸನ್ನಿವೇಶವನ್ನು ಈ ರೀತಿ ವಿವರಿಸಿದ್ದಾರೆ..-

ನಾವೆಲ್ಲರೂ ಅಂದು ರೈಲಿನಲ್ಲಿ ಹೊರಟೆವು, ಚೈನು ಎಳೆದು ಗಾಡಿ ನಿಲ್ಲಿಸಿ ಹಣವನ್ನು ಗಾಡಿಯಿಂದ ಹೊರತೆಗೆದು ದೋಚಿದ್ದೆವು, ಆದರೆ ಆ ಘಟನೆ ನಡೆಯುವಾಗ ನಾವು ಎಲ್ಲಾ ಪ್ರಯಾಣಿಕರಿಗೂ ತಾವು ಕುಳಿತಿರುವ ಜಾಗದಲ್ಲೇ ಕುಳಿತುಕೊಳ್ಳಲು ಹೇಳಿದ್ದೆವು, ಅವರನ್ನು ಹೆದರಿಸಲು ಗಾಳಿಯಲ್ಲಿ ಗುಂಡನ್ನು ಹಾರಿಸುತ್ತಿದ್ದೆವು , ರೈಲಿನ ಗಾರ್ಡ್ ಕೂಡ ನಮ್ಮ ಕೈಯಲ್ಲಿರುವ ಬಂಧೂಕನ್ನು ನೋಡಿ ಹೆದರಿದ್ದ, ಆದರೆ ಒಬ್ಬ ಯುವ ಕ್ರಾಂತಿಕಾರಿಯ ಕೈಯಲ್ಲಿ ಮೌಸೆರ್ ಬಂಧೂಕು ನೀಡಲಾಗಿತ್ತು. ಆಗಿನ ಸಮಯದಲ್ಲಿ ಮೌಸೆರ್ ಬಂಧೂಕನ್ನು ಉಪಯೋಗಿಸುವುದು ಒಂದು ತರಹದ ಹೆಮ್ಮೆಯ ವಿಷಯ, ಆ ಬಂಧೂಕನ್ನು ಹಿಡಿದುಕೊಂಡು ಆತ ಬಹಳ ಉತ್ಸುಕನಾಗಿದ್ದ, ಅವನ ಆ ಉತ್ಸುಕತೆಯನ್ನು ನೋಡಿ ನನಗೆ ಇವನು ಯಾರ ಮೇಲಾದರೂ

ಕಾಕೋರಿಯ ರೈಲಿನ ದರೋಡೆಯಲ್ಲಿ ಬಳಸಿದ ಬಂಧೂಕು

ಗುಂಡು ಹಾರಿಸಿದರೆ ಎಂಬ ಭಯ ಕಾಡುತ್ತಿತ್ತು, ಅದಲ್ಲದೆ ಕೆಲವು ಜನ ತಮ್ಮ ಕಿಟಕಿಗಳ ಮೂಲಕ ತಲೆ ಹೊರಕ್ಕೆ ಹಾಕಿ ಏನು ನಡೆಯುತ್ತಿದೆ ಎಂದು ನೋಡುತ್ತಿದ್ದರು, ಅವರಿಗೇನಾದರೂ ಈ ಮಹಾಶಯ ಗಾಳಿಯಲ್ಲಿ ಹಾರಿಸುವ ಗುಂಡು ತಗುಲಿದರೆ ಎಂಬ ಯೋಚನೆ ಕೂಡ ಬಂದಿತ್ತು.

ಕೊನೆಗೂ ನನ್ನ ಊಹೆಯಂತೆಯೇ ಆಯಿತು, ಯಾರೋ ಒಬ್ಬ ವ್ಯಕ್ತಿ ತನ್ನ ಭೋಗಿಯಿಂದ ಇಳಿದು ತನ್ನ ಹೆಂಡತಿ ಮತ್ತು ಮಗುವಿರುವ ಇನ್ನೊಂದು ಬೋಗಿಯ ಕಡೆ ಅವರು ಕ್ಷೇಮವಾಗಿದ್ದಾರೆಯೇ ಎಂದು ನೋಡಲು ಹೊರಟಿದ್ದ, ಆದರೆ ಈ ಕ್ರಾಂತಿಕಾರಿ ಮಹಾಶಯ ಅವನು ನಮ್ಮ ಕಡೆ ಬರುವುದನ್ನು ನೋಡಿದ ತಕ್ಷಣವೇ ಅವನ ಮೇಲೆ ಗುಂಡು ಹಾರಿಸಿಯೇ ಬಿಟ್ಟ, ಆ ಅಮಾಯಕ ಆ ಗುಂಡೇಟಿಗೆ ಬಲಿಯಾದ.

ನಾನು, ದರೋಡೆಗೆ ಹೊರಡುವ ಮೊದಲೇ ಎಲ್ಲರಿಗೂ ಒಂದು ವಿಷಯ ತಿಳಿಸಿದ್ದೆ `` ಯಾರ ಕೈನಲ್ಲಿ ಬಂಧೂಕನ್ನು ಹಿಡಿದುಕೊಂಡು ತಾಳ್ಮೆಯಿಂದ ಇರುವುದಕ್ಕೆ ಆಗವುದಿಲ್ಲವೋ ಅವರು ಖಂಡಿತಾ ಬಂಧೂಕನ್ನು ಮುಟ್ಟಬೇಡಿ ಎಂದು ಕೇಳಿಕೊಂಡಿದ್ದೆ, ಹಾಗೂ ಯಾವುದೇ ವ್ಯಕ್ತಿಗಳ ಮೇಲೆ ಗುಂಡನ್ನು ಹರಿಸಬೇಡಿ ಎಂಬ ಆಜ್ಞೆಯನ್ನು ಸಹ ನೀಡಿದ್ದೆ, ನಮ್ಮ ಗುಂಪು ಎಂದೂ ಕೂಡ ಮಾನವ ಹತ್ಯೆ ಮಾಡುವುದನ್ನ ಒಪ್ಪುತ್ತಿರಲಿಲ್ಲ, ಆದರೆ ಅಂದು ಆತ ಅವಸರದಲ್ಲಿ ನನ್ನ ಆಜ್ಞೆಯನ್ನು ಮೀರಿ ಒಬ್ಬ ಅಮಾಯಕ ವ್ಯಕ್ತಿಯ ಜೀವವನ್ನು ತೆಗೆದಿದ್ದ, ನಮ್ಮಲ್ಲಿ ಬಂಧೂಕು ಬಳಸುವ ಬೇರೆ ಅನುಭವಿಗಳಿದ್ದರೂ ಸಹ ಅವನ ಕೈಗೆ ಹೇಗೆ ಮೌಸೆರ್ ಸಿಕ್ಕಿತು ಎಂದು ತಿಳಿಯಲಿಲ್ಲ. ನಂತರ ಪೆಟ್ಟಿಗೆಯನ್ನು ಒಡೆಯಲು ನಾವು ಭಹಳ ಪ್ರಯತ್ನ ಪಟ್ಟಿದ್ದೆವು ಆಗ ಅಷ್ಫಾಕ್ ಒಂದು ಕೊಡಲಿಯನ್ನು ತೆಗೆದುಕೊಂಡು ಎರಡೇ ಏಟಿನಲ್ಲಿ ಪೆಟ್ಟಿಗೆಯನ್ನು ಹೊಡೆದು ಹಾಕಿದ್ದ, ನಂತರ ಅದರಲ್ಲಿದ್ದ ಹಣದ ಗಂಟುಗಳನ್ನು ಹೊತ್ತುಕೊಂಡು ಲಖನೌ ಕಡೆಗೆ ಓಡಿದ್ದೆವು, ಯಾರಿಗೂ ಕೂಡ ನಮ್ಮ ಬಗ್ಗೆ ಅನುಮಾನ ಬಂದಿರಲಿಲ್ಲ.

ಈ ರೀತಿ ಕೇವಲ ಹತ್ತು ಜನ ಕ್ರಾಂತಿಕಾರಿಗಳ ಗುಂಪೊಂದು ಒಂದು ರೈಲನ್ನು ತಡೆದು ದರೋಡೆ ಮಾಡಿದ್ದು ಇಡೀ ಸರ್ಕಾರವನ್ನೇ ಬೆಚ್ಚಿ ಬೀಳಿಸಿತ್ತು. ಆ ರೈಲಿನಲ್ಲಿ ಒಟ್ಟು ಹದಿನಾಲ್ಕು ಜನ ಅಧಿಕಾರಿಗಳಿದ್ದರು, ಅವರೆಲ್ಲರ ಬಳಿಯಲ್ಲೂ ಬಂಧೂಕು ಇತ್ತು. ಡ್ರೈವರ್ ಗಳು, ಇಂಜಿನಿಯರ್ ಗಳು ಸೇರಿದಂತೆ ಇಬ್ಬರು ಬ್ರಿಟಿಷ್ ಅಧಿಕಾರಿಗಳು ಕೂಡ ಇದ್ದರು, ಆದರೆ ನಾವು ಸರ್ಕಾರದ ಹಣವನ್ನು ದೋಚುತ್ತಿದ್ದರಿಂದ ಅವರೆಲ್ಲರೂ ಜೀವ ಭಯದಿಂದ ಸುಮ್ಮನೆ ಕುಳಿತುಬಿಟ್ಟಿದ್ದರು, ನಾವೆಲ್ಲರೂ 40ರಿಂದ 50ಜನ ಇದ್ದೇವೆ, ರೈಲನ್ನು ಸುತ್ತುವರಿದಿದ್ದೇವೆ ಎಂದು ಭಾವಿಸಿದ್ದರು, ಆದರೆ ನಾವು ಕೇವಲ ಹತ್ತು ಜನ ಇಡೀ ದೇಶವನ್ನೇ ಬೆಚ್ಚಿಬೀಳಿಸಿದ್ದೆವು. ನಮ್ಮ ಕಾರ್ಯಕರ್ತರೆಲ್ಲರೂ ಅಂದಾಜು ಕೇವಲ 22 ವರ್ಷದವರಾಗಿದ್ದರು, ಕೆಲವರಂತೂ ನೋಡಲು ಇನ್ನೂ ಶಾಲಾ ಬಾಲಕರಂತೆ ಕಾಣಿಸುತ್ತಿದ್ದರು.

ಈ ಯಶಸ್ಸಿನಿಂದ ನನ್ನ ವಿಶ್ವಾಸ ಇಮ್ಮಡಿಯಾಗಿತ್ತು. ನನಗೆ ನಮ್ಮ ಪೊಲೀಸರ ಕಾರ್ಯಕ್ಷಮತೆಯ ಬಗ್ಗೆ ಅರಿವಿತ್ತು, ಈ ಗೆಲುವಿನಿಂದ ಕಾರ್ಯಕರ್ತರೆಲ್ಲರ ಉತ್ಸಹ ಹೆಚ್ಚಾಗಿತ್ತು. ದರೋಡೆಯಲ್ಲಿ ಬಂದ ಹಣದಿಂದ ನಾನು ನಮ್ಮ ಕಾರ್ಯಕರ್ತರನ್ನು ಬೇರೆ ಬೇರೆ ಊರುಗಳಿಗೆ ಕಳುಹಿಸಿ ನಮ್ಮ ಪಕ್ಷದ ಬಗ್ಗೆ ಪ್ರಚಾರ ಮಾಡಲು ಹೇಳಿದ್ದೆ, ಅದೇ ಸಮಯದಲ್ಲಿ ಒಂದು ಯುವ ಸಂಘಟನೆಯು ನಮಗೆ ಬಾಂಬ್ ತಯಾರಿಸುವ ವಿಧಾನವನ್ನು ಹೇಳಿಕೊಡುವುದಾಗಿ ಹೇಳಿ ನಮ್ಮಿಂದ ಸ್ವಲ್ಪ ಹಣವನ್ನು ಪಡೆದಿದ್ದರು, ಅವರೊಡನೆ ಬಾಂಬ್ ತಯಾರಿಕೆಯನ್ನು ಕಲಿತುಕೊಳ್ಳಲು ನಾನು ರಾಜೇಂದ್ರ ಲಹರಿಯನ್ನು ಬಂಗಾಳಕ್ಕೆ ಕಳಿಸಿದೆ.

ನಾವು ಮಾಡುತ್ತಿದ್ದ ಕೆಲ ಕ್ರಾಂತಿಕಾರಿ ಚಟುವಟಿಕೆಗಳು ಬೇರೆ ಯಾವುದೇ ದೇಶದ ಸ್ವಾತಂತ್ರ್ಯಕ್ಕಾಗಿ ಅಲ್ಲಿನ ಜನರು ಮಾಡಿರಲಿಲ್ಲ, ನಾವು ಸಂಪೂರ್ಣ ಅನಾನನುಭವಿಗಳಾಗಿದ್ದೆವು, ಆದರೆ ನಮ್ಮ ನಿರ್ಧಾರ

ನಿಶ್ಚಲವಾಗಿತ್ತು. ನಮ್ಮಲ್ಲಿ ಯಾವುದೇ ಭೇದ ಭಾವಗಳಿರಲಿಲ್ಲ, ನಮ್ಮ ಸಂಘಟನೆ ಬಗ್ಗೆ ನನಗೆ ಅಚಲವಾದ ವಿಶ್ವಾಸ ಮತ್ತು ನಂಬಿಕೆಯಿತ್ತು, ಯಾರೂ ಕೂಡ ನಮಗೆ ದ್ರೋಹ ಬಗೆಯುವುದಿಲ್ಲ ಎಂದು ನಂಬಿದ್ದೆವು.

ನಮ್ಮವರೆಲ್ಲರೂ ನವಯುವಕರಾಗಿದ್ದರಿಂದ ಕೆಲವೊಂದು ಬಾರಿ ಪ್ರತಿಷ್ಠೆಯ ಕಾರಣಗಳಿಂದ ಸಣ್ಣ ಪುಟ್ಟ ಜಗಳವಾಡುತ್ತಿದ್ದರು, ನಾನು ಅವರಿಬ್ಬರನ್ನು ಕರೆದು ನಮ್ಮ ಸ್ವಪ್ರತಿಷ್ಠೆಗಿಂತ ದೇಶದ ಸ್ವಾತಂತ್ರ್ಯ ಮುಖ್ಯ ಎಂದು ಹೇಳಿ ಸಮಾಧಾನ ಪಡಿಸಿದ್ದೆ, ಅವರು ಕೂಡ ತಮ್ಮ ತಪ್ಪನ್ನು ಅರಿತು ತಿದ್ದುಕೊಳ್ಳುತ್ತಿದ್ದರು. ಕೆಲವೊದು ಬಾರಿ ಸಂಘದ ಮುಖ್ಯ ಸದಸ್ಯರಿಗೂ ಮತ್ತು ಯುವ ಕಾರ್ಯಕರ್ತರಿಗೂ ಮುನಿಸು ಉಂಟಾಗುತ್ತಿತ್ತು, ಕಾರಣ ನವ ಕಾರ್ಯಕರ್ತರು ಅನಾನುಭವಿಗಳಾಗಿದ್ದರಿಂದ ಕೆಲವೊಂದು ಬಾರಿ ಸಣ್ಣ ತಪ್ಪು ನಡೆಯುತ್ತಿತ್ತು, ಅದರಿಂದ ಮುಖ್ಯ ಸದಸ್ಯರು ಮತ್ತು ನವ ಕಾರ್ಯಕರ್ತರ ನಡುವೆ ವೈಮನಸುಂಟಾಗಿತ್ತು. ಅದನ್ನು ಕೇಳಿ ನನಗೆ ತುಂಬ ನೋವಾಗಿತ್ತು, ನನಗೆ ನೋವಾಗಿದ್ದನ್ನು ತಿಳಿದ ಅವರಿಗೆ ತಮ್ಮ ತಮ್ಮ ತಪ್ಪುಗಳ ಅರಿವಾಗಿ ಒಂದಾಗುತ್ತಿದ್ದರು.

ಕಾಕೋರಿ ರೈಲಿನ ದರೋಡೆಯ ನಂತರ ಪೊಲೀಸರು ಬಹಳ ವೇಗದಿಂದ ಕಾರ್ಯಾಚರಣೆ ಕೈಗೊಂಡರು, ಅನುಮಾನ ಬಂದವರನ್ನು ಪೊಲೀಸರು ಬಂಧಿಸುತ್ತಿದ್ದರು, ಅದೇ ರೀತಿ ಷಹಜಹಾನ್ಪುರಕ್ಕೆ ಒಂದು ದಿನ ಇಡೀ ಪೊಲೀಸರ ದಂಡೇ ಆಗಮಿಸಿತ್ತು, ಕೆಲ ಪೊಲೀಸರು ನನ್ನ ಬಳಿ ಬಂದು ನನ್ನನ್ನು ವಿಚಾರಿಸಿದರು ನಾನು ಧೈರ್ಯದಿಂದಲೇ ಅವರಿಗೆ ಉತ್ತರ ನೀಡಿದೆ, ನನ್ನ ಉತ್ತರವನ್ನು ಅವರು ನಂಬಿ ನನ್ನ ಮೇಲೆ ಅನುಮಾನ ಪಡಲಿಲ್ಲ, ಆದರೆ ಇದಾದ ಕೆಲವು ದಿನಗಳ ನಂತರ ಷಹಜಹಾನ್ಪುರದಲ್ಲಿ ದರೋಡೆ ಮಾಡಿದ್ದ ಎರಡು ನೋಟುಗಳು ಪೊಲೀಸರ ಕೈಗೆ ಸಿಕ್ಕಿದವು, ಆಗ ಪೊಲೀಸರು ನಮ್ಮ ಊರಿನಲ್ಲಿ ಶೋಧ ಕಾರ್ಯ ತೀವ್ರಗೊಳಿಸಿದರು, ಕೆಲವು ನನ್ನ ಸ್ನೇಹಿತರು ನನ್ನ ಬಳಿ ಬಂದು ನನ್ನನ್ನು ಬಂಧಿಸುವ ಸಾಧ್ಯತೆಯಿದೆ

ಎಂದು ಎಚ್ಚರಿಸಿದ್ದರು, ಆದರೆ ನಾನು ಪೊಲೀಸರಿಗೆ ಈಗಾಗಲೇ ಹೇಳಿಕೆ ನೀಡಿದ್ದೇನೆ ಎಂದು ಅವರ ಮಾತಿನಲ್ಲಿ ಅಸಡ್ಡೆ ತೋರಿಸಿದೆ.

ನನಗೆ ನನ್ನ ಬುದ್ಧಿಶಕ್ತಿಯಲ್ಲಿ ಸಂಪೂರ್ಣ ವಿಶ್ವಾಸವಿತ್ತು, ನನ್ನ ಜ್ಞಾನದ ಮುಂದೆ ಪೊಲೀಸರ ಜ್ಞಾನವನ್ನು ತುಚ್ಛವಾಗಿ ಕಂಡಿದ್ದೆ, ಅಲ್ಲದೆ ನಮ್ಮನ್ನು ಹುಡುಕುತ್ತಿರುವವರು ಭಾರತೀಯ ಪೊಲೀಸರೇ ಆಗಿದ್ದರಿಂದ ಅವರು ನಮ್ಮನ್ನು ಬಂಧಿಸುವುದಿಲ್ಲ, ಅವರ ದೇಶಕ್ಕಾಗಿಯೇ ಹೋರಾಡುತ್ತಿದ್ದೇವೆ ಎಂಬ ಕಲ್ಪನೆ ನನ್ನ ಮನದಲ್ಲಿತ್ತು, ಅಲ್ಲದೆ ನಾನು ಒಮ್ಮೆಯೂ ಜೈಲಿನ ಅನುಭವ ಹೊಂದಿರಲಿಲ್ಲ, ಪೊಲೀಸರು ನನ್ನ ಬಂಧಿಸಿದರೆ ಬಂಧಿಸಲಿ, ಅವರ ಬಳಿ ಯಾವುದೇ ರೀತಿಯ ಸಾಕ್ಷಾಧಾರಗಳಿಲ್ಲ, ಸ್ವಲ್ಪ ದಿನ ಜೈಲಿನಲ್ಲಿ ಕೂರಿಸಿ ನಂತರ ಬಿಡಿಗಡೆ ಮಾಡುತ್ತಾರೆ ಎಂದು ಯೋಚಿಸಿದ್ದೆ.

ಕಾಕೋರಿ ರೈಲಿನ ದರೋಡೆಯಲ್ಲಿ ನಮಗೆ ಒಟ್ಟು 4200 ರೂಪಾಯಿಗಳು ದೊರಕಿತ್ತು, ಪೊಲೀಸರು ಹಿಡಿಯಬಹುದೆಂಬ ಭಯದಿಂದ ಒಬ್ಬ ಕಾರ್ಯಕರ್ತ ಸಿಕ್ಕಿದ್ದ ನೋಟುಗಳನ್ನು ಬದಲಾಯಿಸುವ ಪ್ರಯತ್ನ ಪಟ್ಟಿದ್ದ, ಆದರೆ ದುರಾದೃಷ್ಟವಶಾತ್ ಆ ಪ್ರಯತ್ನದಲ್ಲಿ ಆತ ಸೆರೆ ಸಿಕ್ಕಿದ್ದ.

10 ಆಗಸ್ಟ್ 1925ರ ದಿನಪತ್ರಿಕೆಯಲ್ಲಿ ಕಾಕೋರಿಯಲ್ಲಿ ನಡೆದ ರೈಲಿನ ದರೋಡೆಯ ಬಗ್ಗೆ ವಿವರವಾಗಿ ಬರೆದು ಸರ್ಕಾರದ ನಿರ್ಲಕ್ಷ್ಯವೇ ಕಾರಣ ಎಂದು ಹೇಳಿ, ಸರ್ಕಾರದ ಖಜಾನೆಯನ್ನು ದೋಚಿದ್ದರಲ್ಲದೆ, ಒಬ್ಬ ಅಮಾಯಕ ವ್ಯಕ್ತಿಯನ್ನು ಕೊಂದಿದ್ದಾರೆ ಎಂದು ಬರೆದಿದ್ದರು. ಆದರೆ ಆ ಡಕಾಯಿತರಾರು ಕೂಡ ಯಾವುದೇ ಪ್ರಯಾಣಿಕರ ಹಣ ಮತ್ತು ಒಡವೆಗಳನ್ನು ದೋಚಿರಲಿಲ್ಲ, ಕೇವಲ ಸರ್ಕಾರದ ಸಂಪತ್ತನ್ನು ಮಾತ್ರ ದೋಚಿದ್ದರು.

ಇಂತಹ ರೋಮಾಂಚನಕಾರಿ ಘಟನೆ ಆವರೆಗೂ ಭಾರತದಲ್ಲಿ ನಡೆದಿರಲಿಲ್ಲ, ಕೇಳಿಯೂ ಇರಲಿಲ್ಲ, ಎಲ್ಲರೂ ಆಶ್ಚರ್ಯದಿಂದ ಯಾರು

ಇಂತಹ ದರೋಡೆಯನ್ನು ಮಾಡಲು ಸಾಧ್ಯ ಎಂದು ಯೋಚಿಸಿದ್ದರು, ಈ ಗಂಭೀರ ಪ್ರಕರಣವನ್ನು ನೋಡಿದ ಲಖನೌನ ನ್ಯಾಯಾಧೀಶರು ಈ ರೀತಿಯ ದರೋಡೆ ಭಾರತದಲ್ಲಿ ನಡೆಯುವುದು ಕಷ್ಟ ಸಾಧ್ಯ ಎಂದಿದ್ದರು. (*This dacoity was a unusual character of india).*

7. ಕ್ರಾಂತಿಕಾರಿಗಳ ಮನೆ ಮುಂದೆ ಪೊಲೀಸರು

ಕಾಕೋರಿ ರೈಲಿನ ದರೋಡೆಯ ನಂತರ ಸರ್ಕಾರದ ಚಿಂತೆ ಜಾಸ್ತಿಯಾಗಿತ್ತು. ಈ ಘಟನೆಯನ್ನು ಸರ್ಕಾರ ಬಹಳ ತೀಕ್ಷ್ಣವಾಗಿ ಪರಿಗಣಿಸಿತ್ತು, ಯಾವಾಗ ರೈಲಿನ ಎಲ್ಲಾ ಪ್ರಯಾಣಿಕರ ಹಣ ಮತ್ತು ಒಡವೆ ಸುರಕ್ಷಿತವಾಗಿದೆ ಎಂದು ತಿಳಿದ ತಕ್ಷಣ ಈ ಕೆಲಸ ಕ್ರಾಂತಿಕಾರಿಗಳೇ ಮಾಡಿದ್ದಾರೆಂಬ ದೃಢ ನಿರ್ಧಾರಕ್ಕೆ ಬಂದರು.

ಸರ್ಕಾರ ಈ ದರೋಡೆಯಲ್ಲಿ ಭಾಗಿಯಾಗಿರಬಹುದಾದ ಕ್ರಾಂತಿಕಾರಿಗಳನ್ನು ಪತ್ತೆ ಹಚ್ಚಲು ಒಂದು ಗುಪ್ತದಳವನ್ನು ರಚಿಸಿದರು, ಬಹಳ ಪ್ರಯತ್ನಗಳನ್ನು ನಡೆಸಿದರಾದರೂ ಯಾವುದೇ ಕ್ರಾಂತಿಕಾರಿಗಳನ್ನು ಹಿಡಿಯಲು ಸರ್ಕಾರಕ್ಕೆ ಸಾಧ್ಯವಾಗಲಿಲ್ಲ, ಸರ್ಕಾರಕ್ಕೆ ಇದು ಚಿಕ್ಕ ಹಣವಾಗಿದ್ದರೂ ಕ್ರಾಂತಿಕಾರರು ಮಾಡಿದ ದಿಟ್ಟ ಸಾಹಸಕ್ಕೆ ಹೆದರಿದ್ದರು, ಹಾಗೂ ಇವರನ್ನು ಹೀಗೆ ಬಿಟ್ಟರೆ ಮುಂದೆ ದೊಡ್ಡ ಮಟ್ಟದಲ್ಲಿ ಕ್ರಾಂತಿಕಾರಿ ಚಟುವಟಿಕೆಯನ್ನು ಮಾಡಿದರೆ ಸರ್ಕಾರಕ್ಕೆ ಅರಗಿಸಿಕೊಳ್ಳಲು ಕಷ್ಟವಾಗುವುದೆಂದು ಅಂಜಿದ್ದರು. ಕ್ರಾಂತಿಕಾರಿಗಳ ಗತಿ ವಿಧಾನಗಳನ್ನು ಗಮನಿಸಿದ ಸರ್ಕಾರ 26 ಸೆಪ್ಟೆಂಬರ್ 1925 ರಂದು ಎಲ್ಲಾ ಕ್ರಾಂತಿಕಾರಿಗಳ ಮನೆಗಳಿಗೆ ನುಗ್ಗಿ ಅವರನ್ನು ಬಂಧಿಸುವ ಆದೇಶ ಹೊರಡಿಸಿತು. ಈ ರೀತಿ ಸರ್ಕಾರ ಉತ್ತರ ಪ್ರದೇಶದ ಎಲ್ಲಾ ಕ್ರಾಂತಿಕಾರಿಗಳ ಮನೆಗಳಿಗೆ ನುಗ್ಗಿ ಅವರನ್ನು ಬಂಧಿಸಿದರು.

<u>ಬಿಸ್ಮಿಲ್ಲರು ತಮ್ಮನ್ನು ಬಂಧಿಸಿದ ಸಂಗತಿಯನ್ನು ತಮ್ಮ ಆತ್ಮಕಥೆಯಲ್ಲಿ ಈ ರೀತಿ ವಿವರಿಸಿದ್ದಾರೆ.-</u>

``ರಾತ್ರಿ ಸುಮಾರು 11 ಗಂಟೆಯಾಗಿತ್ತು, ಆಗ ನನ್ನ ಒಬ್ಬ ಸ್ನೇಹಿತ ನನ್ನ ಮನೆ ಮುಂದೆ ಬಂದು, ರಸ್ತೆಯ ಕೊನೆಯಲ್ಲಿ ಪೊಲೀಸರ ದಂಡು ಬೀಡು

ಬಿಟ್ಟಿದೆ, ನಿನ್ನನ್ನು ಯಾವುದೇ ಕ್ಷಣದಲ್ಲಾದರೂ ಬಂಧಿಸಬಹುದು ಎಂದು ಎಚ್ಚರಿಸಿದ, ಆದರೆ ನಾನು ಅದನ್ನು ಅಷ್ಟೊಂದು ಗಣನೆಗೆ ತೆಗೆದುಕೊಳ್ಳಲಿಲ್ಲ, ಎಂದಿನಂತೆ ಆರಾಮಾಗಿ ಮನೆಯ ಒಳಗಡೆ ನಿದ್ದೆ ಮಾಡಿದೆ, ಸುಮಾರು ಬೆಳಗಿನ ಜಾವ ನಾಲ್ಕು ಗಂಟೆಗೆ ಮನೆ ಬಾಗಿಲು ತಟ್ಟಿದ ರೀತಿ ಭಾಸವಾಯಿತು, ಪೊಲೀಸರು ಬಂದಿದ್ದಾರೆ ಎಂದು ಖಾತರಿಯಾಯಿತು, ನಾನು ಹಿಂದಿನ ಬಾಗಿಲಿನಿಂದ ತಪ್ಪಿಸಿಕೊಳ್ಳಲು ಯತ್ನಿಸಿದೆ ಆದರೆ ಪೊಲೀಸರು ಹಿಂದಿನ ಬಾಗಿಲಿನಲ್ಲೂ ನನಗಾಗಿ ಕಾಯುತ್ತಿದ್ದರು, ನಾನು ಪೊಲೀಸರಿಗೆ ಯಾವುದೇ ರೀತಿ ಭಯ ಪಟ್ಟಿರಲಿಲ್ಲ, ಮನೆಯಲ್ಲಿ ಯಾವುದಾದರೂ ಶಸ್ತ್ರಾಸ್ತ್ರಗಳು ಇದೆಯೇ ಎಂದು ಕೇಳಿದರು, ಅದಕ್ಕೆ ನಾನು ನಮ್ಮ ಮನೆಯಲ್ಲಿ ಯಾವುದೇ ರೀತಿಯ ಆತಂಕಕಾರಿ ವಸ್ತುಗಳು ಇಲ್ಲ ಎಂದು ಉತ್ತರಿಸಿದ್ದೆ, ಆದರೆ ಅವರಿಗೆ ನನ್ನ ಪೈಜಾಮದಲ್ಲಿ ಒಂದು ಪತ್ರ ಸಿಕ್ಕಿತ್ತು.

ಕೆಲವು ಕಾರ್ಯಕರ್ತರು ಕ್ರಾಂತಿಕಾರಿ ಚಟುವಟಿಕೆಗಳ ಬಗ್ಗೆ ಪತ್ರವನ್ನು ಬರೆದಿದ್ದರು, ಅದನ್ನು ಅಂಚೆ ಡಬ್ಬಕ್ಕೆ ಹಾಕುವ ಸಲುವಾಗಿ ನಾನು ನನ್ನ ಪೈಜಾಮದಲ್ಲಿ ಇಟ್ಟುಕೊಂಡಿದ್ದೆ, ಆದರೆ ಪತ್ರವನ್ನು ಅಂಚೆ ಡಬ್ಬಕ್ಕೆ ಹಾಕುವ ಸಂಧರ್ಭದಲ್ಲಿ ನನ್ನ ಸ್ನೇಹಿತನೊಬ್ಬ ಸಿಕ್ಕಿದ್ದ, ಅವನ ಜೊತೆ ಮಾತನಾಡಿಕೊಂಡು ಪತ್ರವನ್ನು ಡಬ್ಬಕ್ಕೆ ಹಾಕುವುದನ್ನು ಮರೆತು ಮನೆಯ ಹತ್ತಿರ ಬಂದುಬಿಟ್ಟಿದೆ, ನಾಳೆ ಹಾಕಿದರಾಯಿತು ಎಂದು ಸುಮ್ಮನಾಗಿದ್ದೆ, ಆದರೆ ಪೊಲೀಸರಿಗೆ ಆ ಪತ್ರ ನೋಡಿ ನಾನು ಕ್ರಾಂತಿಕಾರಿ ಗುಂಪಿನ ಸದಸ್ಯ ಎಂದು ಗುರುತಿಸಿದರು.

ನಾನು ಸೆರೆ ಸಿಕ್ಕ ನಂತರ ಪೊಲೀಸರು ನನ್ನನ್ನು ಪೊಲೀಸ್ ಠಾಣೆಗೆ ಕರೆದೊಯ್ದರು, ಅಲ್ಲಿ ನನ್ನ ಮುಂದೆ ಇಬ್ಬರು ಬ್ರಿಟಿಷ್ ಅಧಿಕಾರಿಗಳು ಕುಳಿತುಕೊಂಡು ಯಾರೋ ಒಬ್ಬರು ನನ್ನ ಬಗ್ಗೆ ಸುಳಿವು ಕೊಟ್ಟಿರುವ ರೀತಿ ಮಾತನಾಡಿಕೊಳ್ಳುತ್ತಿದ್ದರು, ಆದರೆ ನಾನು ಎಲ್ಲರ ಮೇಲೆ ಅಪಾರ

ಭರವಸೆಯನ್ನಿಟ್ಟುಕೊಂಡಿದ್ದೆ, ಆದರೆ ನನಗೆ ಆ ವಿಷಯ ಕೇಳಿ ಆಶ್ಚರ್ಯವಾಗಿತ್ತು, ಆದರೆ ನನಗೆ ಯಾರ ಮೇಲೂ ಸಂದೇಹವಿರಲಿಲ್ಲ, ಆದರೆ ನಮ್ಮ ಬಗ್ಗೆ ಪೊಲೀಸರಿಗೆ ಹೇಗೆ ತಿಳಿಯಿತು ಎಂದು ನನಗೆ ತೋಚಲಿಲ್ಲ. ಇದೇ ರೀತಿ ನಮ್ಮ ತಂಡದ ಬಹುತೇಕ ಎಲ್ಲಾ ಕಾರ್ಯಕರ್ತರನ್ನು ಪೊಲೀಸರು ಬಂಧಿಸಿದ್ದರು. ಆದರೆ ಪೊಲೀಸರಿಗೆ ಮಾಹಿತಿ ನೀಡುತ್ತಿರುವ ಆ ವಿಶ್ವಾಸದ್ರೋಹಿ ಯಾರು ಎಂಬುದು ತಿಳಿದಿರಲಿಲ್ಲ.

ಆ ನಂಬಿಕೆ ದ್ರೋಹಿ ಗುಪ್ತದಳದ ಜೊತೆ ಸೇರಿಕೊಂಡು ನಮ್ಮ ಎಲ್ಲಾ ಕ್ರಾಂತಿಕಾರಿ ಯುವಕರ ಮನೆಗಳನ್ನು ತೋರಿಸಿಬಿಟ್ಟಿದ್ದ, ಎಲ್ಲರನ್ನು ಜೈಲಿನ ಬೇರೆ ಬೇರೆ ಕೋಣೆಗಳಲ್ಲಿ ಇಟ್ಟಿದ್ದರೂ ನಾವು ಇನ್ನೊಬ್ಬರೊಡನೆ ಮಾತನಾಡಿಕೊಳ್ಳುತ್ತಿದ್ದೆವು .

ಇದನ್ನು ಗಮಸಿದ ಮೇಲಾಧಿಕಾರಿಗಳು ನಮ್ಮೆಲ್ಲರನ್ನೂ ಬೇರೆ ಬೇರೆ ಜೈಲುಗಳಿಗೆ ಬೇರ್ಪಡಿಸಿದರು, ನಂತರ ಯಾರನ್ನೇ ಬಂಧಿಸಿದರೂ ಕೂಡ ಅವರನ್ನು ಬೇರೆ ಬೇರೆ ಕಡೆಯೇ ಇಡುತ್ತಿದ್ದರು, ಆದರೆ ಪೊಲೀಸರಿಗೆ ಮಾಹಿತಿ ನೀಡುತ್ತಿರುವವರು ಯಾರು, ಇದರಿಂದ ಅವರಿಗೇನು ಲಾಭ ಎಂದು ನಮಗೆ ತಿಳಿಯಲಿಲ್ಲ.

ಬ್ರಿಟಿಷ್ ಸರ್ಕಾರ ಈ ದರೋಡೆಯ ಪ್ರಕರಣವನ್ನು ವಿಚಾರಣೆ ಮಾಡಲು ಒಂದು ವಿಶೇಷ ತನಿಖಾದಳವನ್ನು ರೂಪಿಸಿ ಅದರ ಅಧ್ಯಕ್ಷತೆಯನ್ನು ಡಾರ್ಟನ್ ಎಂಬ ಬ್ರಿಟಿಷ್ ಅಧಿಕಾರಿಗೆ ನೀಡಲಾಗಿತ್ತು. ಹಲವಾರು ತನಿಖೆಗಳ ನಂತರ ಈ ಕೃತ್ಯದಲ್ಲಿ " **ಪಂಡಿತ್ ರಾಮ್ ಪ್ರಸಾದ್ ಬಿಸ್ಮಿಲ್, ಸಚಿಂದ್ರನಾಥ್ ಭಕ್ಷಿ, ಯೋಗೇಶ್ ಚಂದ್ರ ಚಟರ್ಜಿ ಮತ್ತು ರಾಜೇಂದ್ರ ಲಹರಿ"** ಪಾಲ್ಗೊಂಡಿದ್ದಾರೆ ಎಂದು ಪೊಲೀಸರು ನ್ಯಾಯಾಲಯದ ಮುಂದೆ ತಿಳಿಸಿದ್ದರು, ನ್ಯಾಯಾಲಯದ ಮುಂದೆ ನಮ್ಮನ್ನು ಹಾಜರುಪಡಿಸಿದಾಗ, ನಮಗೆ ಸಹಾಯ ಮಾಡಲು ಒಂದು ಯುವ ವಕೀಲರ ಗುಂಪೊಂದು ಮುಂದೆ ಬಂದಿತ್ತು, ಅದರಲ್ಲಿ ಗಣೇಶ್ ಶಂಕರ್ ವಿದ್ಯಾರ್ಥಿ ಮತ್ತು ಚಂದ್ರ ನಾಥ್ ಗುಪ್ತ ಆಗಿನ್ನೂ ವಕೀಲ ವೃತ್ತಿಯನ್ನು ಆರಂಭಿಸಿದ್ದರು ಹಾಗೂ ನಮಗೆ ಸಹಾಯ ಮಾಡಲು ಬಹಳ ಉತ್ಸುಕರಾಗಿದ್ದರು.

ಚಂದ್ರ ಶೇಖರ್ ಆಜಾದ್

ನ್ಯಾಯಾಲಯದ ವಿಚಾರಣೆ ನೆಡೆಯುವಾಗಲೇ ಇನ್ನೂ ಪ್ರಮುಖ ಕಾರ್ಯಕರ್ತರು ಈ ಕೃತ್ಯದಲ್ಲಿ ಭಾಗಿಯಾಗಿದ್ದಾರೆ, ಅವರನ್ನು ಹಿಡಿಯಲು ಪೊಲೀಸರು ವಿಫಲರಾಗಿದ್ದಾರೆಂದು ಹೇಳಿ, ನಾಪತ್ತೆಯಾದವರಲ್ಲಿ ಅಷ್ಫಾಕ್ ಉಲ್ಲಾ ಖಾನ್, ಸಚಿಂದ್ರನಾಥ್ ಭಕ್ಷಿ ಮತ್ತು ಚಂದ್ರಶೇಖರ್ ಆಜಾದ್ ಪ್ರಮುಖರು ಎಂದು ತಿಳಿಸಿತ್ತು.

ವಿಚಾರಣೆ ಶುರುವಾದ ನಂತರ ಚಂದ್ರನಾಥ್ ಗುಪ್ತಾರವರ ಬಗ್ಗೆ ನನಗೆ ಎಲ್ಲವು ತಿಳಿಯಿತು, ಅವರನೊಮ್ಮೆ ನಾನು ಲಕ್ನೌದಲ್ಲಿ ಭೇಟಿಯಾಗಿದ್ದೆ, ಆಗಿನ್ನೂ ಅವರು ವಿದ್ಯಾಭ್ಯಾಸ ಮಾಡುತ್ತಿದ್ದರು, ಅವರ ನಿರ್ಭಿಕತೆ,

ಕಾರ್ಯಕ್ಷಮತೆ ನೋಡಿ ನಾನು ಪ್ರಭಾವಿತನಾಗಿದ್ದೆ, ಅಂದಿನಿಂದ ನನ್ನ ಮತ್ತು ಅವರ ಸಂಭಂದ ಉತ್ತಮ ರೀತಿಯಲ್ಲಿ ಸಾಗಿತ್ತು,

ನನ್ನನ್ನು ನೋಡಲು ಒಂದು ದಿನ ಪೊಲೀಸ್ ಮೇಲಾಧಿಕಾರಿಯೊಬ್ಬರು ಬಂದಿದ್ದರು, ಅವರು ನನ್ನ ಬಳಿ ಬಂದು ನನ್ನನ್ನು ಸರ್ಕಾರಿ ಅಪ್ರೋವರ್ ಆಗಲು ಕೇಳಿ ಹೋಗಿದ್ದರು, ಅದೇ ಸಮಯದಲ್ಲಿ ನನ್ನ ಕೆಲ ಬಂಧಿಯಾಗದ ಸ್ನೇಹಿತರು ಭಯಭೀತರಾಗಿದ್ದರು, ಇದರಲ್ಲಿ ಬನವರಿಲಾಲ್ ಬಹಳ ಹೆದರಿಕೊಂಡಿದ್ದ, ಪೊಲೀಸರು ಅವನನ್ನೇನಾದರೂ ಹಿಡಿದು ಬಿಟ್ಟರೆ ನಂತರ ಅವನ ಪರ ನ್ಯಾಯಾಲಯದಲ್ಲಿ ವಾದ ಮಾಡಲು ಯಾವ ವಕೀಲರು ಬರುತ್ತಾರೆ, ಯಾವುದೇ ವಕೀಲರು ಬರದಿದ್ದರೆ ಸರ್ಕಾರ ತನಗೆ ಕಠಿಣವಾದ ಶಿಕ್ಷೆಯನ್ನು ನೀಡುತ್ತದೆ ಎಂದು ಅವನು ಹೆದರಿದ್ದ.

ಬನವರಿಲಾಲನನ್ನು ಕೊನೆಗೂ ಪೊಲೀಸರು ಬಂಧಿಸಿದ್ದರು, ಅವನನ್ನು ನಾನು ಇದ್ದ ಕೊಠಡಿಯ ಪಕ್ಕದಲ್ಲೆ ಅವನನ್ನು ಕೂಡ ಬಂಧಿಸಿಟ್ಟಿದ್ದರು, ಒಂದು ದಿನ ಅದೇ ಮೇಲಾಧಿಕಾರಿ ಬನವರಿಲಾಲ್ ಇದ್ದ ಕೊನೆಗೆ ಹೋಗಿ ಸುಮಾರು ಒಂದು ಗಂಟೆಗಳ ಕಾಲ ಅವನ ಜೊತೆ ಸಂಭಾಷಣೆ ನಡೆಸಿ, ನಗು ನಗುತ್ತಾ ಹೊರಗಡೆ ಬಂದಿದ್ದ, ಅದನ್ನು ನೋಡಿದ ಜೈಲಿನ ನನ್ನ ಕೆಲ ಸಹಪಾಠಿಗಳು ಬನವರಿಲಾಲ್ ಅಪ್ರೋವರ್ ಆಗಲು ಒಪ್ಪಿದ್ದಾನೆಯೆಂದು ಅನುಮಾನ ಪಟ್ಟಿದ್ದರು, ಮೊದಲಿನಿಂದಲೂ ಬನವರಿ ಲಾಲ್ ಹೆಚ್ಚಿನ ನಂಬಿಕೆಗೆ ಅರ್ಹನಾಗಿರಲಿಲ್ಲ, ಹಲವು ನನ್ನ ಸಹಪಾಠಿಗಳು ಕೂಡ ಅವನನ್ನು ನಂಬಬೇಡ ಎಂದು ಬಹಳ ಬಾರಿ ಹೇಳಿದ್ದರು, ಆದರೆ ನಾನು ಅವರ ಮಾತಿನಿಂದ ಹೆಚ್ಚು ತಲೆಕೆಡಿಸಿಕೊಂಡಿರಲಿಲ್ಲ, ಆದರೆ ಅವರೆಲ್ಲರೂ ಹೇಳಿದಂತೆ ಬನವರಿ ಲಾಲ್ ಸರ್ಕಾರಿ ಅಪ್ರೋವರ್ ಆಗಿ ಬದಲಾಗಿಬಿಟ್ಟಿದ್ದ, ಅವನಿಗೆ ಸಮಸ್ಯೆಯನ್ನು ಧೈರ್ಯವಾಗಿ ಎದುರಿಸುವ ಛಲವಿರಲಿಲ್ಲ.

ಇದಾದ ನಂತರ ಜಿಲ್ಲಾ ಕಲೆಕ್ಟರ್ ಒಬ್ಬರು ನನ್ನನ್ನು ನೋಡಲು ಬಂದಿದ್ದರು, ಅವರು ನನ್ನ ಬಳಿ ಬಂದು ನಿನಗೆ ಮರಣ ದಂಡನೆಯಾಗುವ

ಸಾಧ್ಯತೆಯಿದೆ ಎಂದರು, ಆದರೆ ಅವರಿಗೆ ನಾನು ಯಾವುದೇ ಉತ್ತರವನ್ನು ನೀಡಲಿಲ್ಲ, ಅದೇ ಸಮಯಕ್ಕೆ ಮತ್ತೊಬ್ಬ ಪೊಲೀಸ್ ಅಧಿಕಾರಿ ನನ್ನ ಬಳಿ ಕೆಲವು ಕಾಗದ ಪತ್ರಗಳನ್ನು ತಯಾರಿಸಿಕೊಂಡು ತಂದಿದ್ದರು, ಪೊಲೀಸರು ತಮ್ಮ ಕಾರ್ಯಸಾಧನೆಗಾಗಿ ಯಾವುದೇ ರೀತಿಯ ಕೆಲಸ ಮಾಡಲು ಸಿದ್ಧರಿರುತ್ತಾರೆಂದು ನನಗೆ ಅವಾಗ ಅರಿವಿಗೆ ಬಂದಿತ್ತು. ಪೊಲೀಸರು ನಾನು ಸರ್ಕಾರಕ್ಕೆ ಕ್ಷಮೆ ಯಾಚಿಸಿ ಅಪ್ರೋವೆರ್ ಆಗುತ್ತಿದ್ದೇನೆಂದು ಆ ಪತ್ರದಲ್ಲಿ ಬರೆದುಕೊಂಡು ಬಂದಿದ್ದರು, ಆ ಪತ್ರಕ್ಕೆ ನನ್ನನ್ನು ಸಹಿ ಮಾಡು ಎಂದು ಬಹಳ ಒತ್ತಾಯ ಮಾಡಿದರು, ಆದರೆ ನಾನು ಅದಕ್ಕೆ ಒಪ್ಪಲಿಲ್ಲ, ಕೊನೆಗೆ ಪೊಲೀಸರು ನೀನೇನಾದರೂ ಅಪ್ರೋವೆರ್ ಆಗಲು ಒಪ್ಪಿದರೆ ನಿನ್ನ ಎಲ್ಲಾ ಕೇಸುಗಳನ್ನು ಖುಲಾಸೆ ಮಾಡಿ ಯಾವುದಾದರೂ ಸಣ್ಣ ಪುಟ್ಟ ಚಟುವಟಿಕೆಗಳಲ್ಲಿ ಭಾಗಿಯಾಗಿದ್ದನೆಂದು ಬರೆದುಕೊಂಡು ನಿನ್ನನ್ನು ಬಿಡುಗಡೆ ಮಾಡುತ್ತೇವೆ, ಮತ್ತು ಬಿಡುಗಡೆಯ ನಂತರ ನಿನಗೆ ಇಂಗ್ಲೆಂಡಿನಲ್ಲಿ ಒಂದು ಕೆಲಸ ಕೊಡಿಸಿ, ಕೈಗೆ 15000 ರೂಪಾಯಿಗಳನ್ನು ನೀಡುತ್ತೇವೆ ಎಂದು ಹೇಳಿದರು.

ನಾನು ಇದನೆಲ್ಲಾ ಕೇಳಿಕೊಂಡು ಮನಸಿನಲ್ಲೇ ನಗುತ್ತಿದ್ದೆ, ಕೊನೆಗೆ ನಾನು ಯಾವುದೇ ಕಾರಣಕ್ಕೋ ಸರ್ಕಾರಿ ಅಪ್ರೋವೆರ್ ಆಗಲು ಒಪ್ಪುವುದಿಲ್ಲ ಎಂದು ಖಡಾಖಂಡಿತವಾಗಿ ಹೇಳಿಬಿಟ್ಟಿದ್ದೆ, ನಂತರ ಇನ್ನೆಂದು ಆ ಅಧಿಕಾರಿಗಳು ನನ್ನನ್ನು ಸರ್ಕಾರಿ ಅಪ್ರೋವೆರ್ ಆಗಿ ಎಂದು ಕೇಳಲು ಬರಲಿಲ್ಲ.

ಕೇಸಿನ ವಿಚಾರಣೆ ಲಕ್ನೌ ನ್ಯಾಯಾಲಯಕ್ಕೆ ಬಂದಿತ್ತು, ಅಲ್ಲಿ ಮ್ಯಾಜಿಸ್ಟ್ರೇಟರು ಬಹಳ ಧಡೂತಿ ವ್ಯಕ್ತಿಯಾಗಿದ್ದರು, ಅವರಿಗೆ ಬರಲು ಒಂದು ದೊಡ್ಡ ಬಾಗಿಲನ್ನು ಮಾಡಿಸಲಾಗಿತ್ತು, ಅವರು ಯಾವಾಗಲೂ ದೊಡ್ಡ ದೊಡ್ಡ ವಿಷಯಗಳ ಬಗ್ಗೆ ಚರ್ಚೆ ಮಾಡುತ್ತಿದ್ದರು, ಹಾಗೂ ನಾವು ಮಾಡಿದ್ದ ದರೋಡೆ ತಪ್ಪು ಎಂದು ಒಂದು ದಿನ ಕೂಡ ಹೇಳಿರಲಿಲ್ಲ, ಸದಾ

ನಮ್ಮ ಮೇಲೆ ಸಹಾನುಭೂತಿ ತೋರುವ ರೀತಿಯಲ್ಲಿ ಮಾತನಾಡುತ್ತಿದ್ದರು, ಆದರೆ ಅವರ ಮನಸ್ಸಿನಲ್ಲಿ ಒಳಗೊಳಗೆ ಏನು ಮಾಡುತ್ತಿದ್ದಾರೆಂದು ತಿಳಿದಿರಲಿಲ್ಲ, ಆದರೆ ಅವರ ಪತ್ರ ಮುಂದೆ ಒಂದು ದಿನ ಸೆಷನ್ ನ್ಯಾಯಾಲಯದ ಮುಂದೆ ಬಂದಿತ್ತು, ಆಗಲೇ ನಮಗೆ ಅವರ ನಿಜವಾದ ಬಣ್ಣ ತಿಳಿದಿದ್ದು, ಅವರು ನಯವಾಗಿ ಮಾತನಾಡಿ ನಮ್ಮ ವಿರುದ್ಧವೇ ತೀರ್ಮಾನವನ್ನು ಬರೆದಿದ್ದರು.

ನನಗೆ ಬನವರಿಲಾಲ್ ಈ ರೀತಿ ಮಾಡುತ್ತಾನೆಂದು ಅಂದುಕೊಂಡಿರಲಿಲ್ಲ, ಮೊಕದ್ದಮೆಯನ್ನು ನ್ಯಾಯಾಲಯದಲ್ಲಿ ನಡೆಸಲು ನಮಗೆ ಹಣದ ಅವಶ್ಯಕತೆ ಇತ್ತು, ಆದರೆ ನಮ್ಮ ಮನೆಯವರ ಬಳಿಯಲ್ಲಿ ಅಷ್ಟೊಂದು ಹಣವಿರಲಿಲ್ಲ, ಅವರಿಗೆ ಹಣ ಹೊಂದಿಸುವುದು ಬಹಳ ಕಷ್ಟದ ಕೆಲಸವಾಗಿ ಬಿಟ್ಟಿತು.

ನಂತರ ಲಕ್ನೌದಲ್ಲಿ ನಮ್ಮ ವಿಚಾರಣೆ ಶುರುವಾದ ನಂತರ ನಗರದ ಯಾರೊಬ್ಬರೂ ಕೂಡ ನ್ಯಾಯಾಲಯಕ್ಕೆ ಬರುತ್ತಿರಲಿಲ್ಲ, ಆದರೆ ಒಬ್ಬ ಪತ್ರಕರ್ತ ಮಾತ್ರ ಪ್ರತಿ ವಿಚಾರಣೆ ಇರುವ ಇರುವ ದಿನ ತಪ್ಪದೆಯೇ ಬರುತ್ತಿದ್ದ, ನಡೆಯುತ್ತಿದ್ದ ವಾದ ವಿವಾದಗಳನ್ನು ಸರಿಯಾದ ರೀತಿಯಲ್ಲಿ ಬರೆದುಕೊಂಡು ಇಂಡಿಯನ್ ಟೆಲಿಗ್ರಾಫ್ ಎಂಬ ಪತ್ರಿಕೆಗೆ ನೀಡುತ್ತಿದ್ದ, ಮರುದಿನ ಬೆಳಗ್ಗೆ ಆ ಪತ್ರಿಕೆಯಲ್ಲಿ ನಮ್ಮ ಕೇಸಿನ ವಿಚಾರಣೆಯ ಬಗ್ಗೆ ಬರುತ್ತಿತ್ತು, ಇದರಿಂದ ನಮ್ಮ ಸುದ್ದಿ ಇಡೀ ದೇಶವೆಲ್ಲಾ ಹಬ್ಬಿತ್ತು, ಆಗ ಸರ್ಕಾರ ಅದನ್ನು ತಡೆಯಲು, ಬರುತ್ತಿದ್ದ ಒಬ್ಬ ಪತ್ರಕರ್ತನನ್ನೂ ನಿಷೇಧಿಸಿಬಿಟ್ಟಿತು, ನ್ಯಾಯಾಲಯದಲ್ಲಿ ನಮ್ಮ ಕೂಗು ಕೇಳಲು ಯಾರು ಇಲ್ಲವಾದರು.

ಅದೇ ಸಮಯದಲ್ಲಿ ಮತ್ತೊಂದು ಕೇಸಿನ ವಿಚಾರಣೆಗಾಗಿ ವೀರ ಕ್ರಾಂತಿಕಾರಿ **ಸೇಠ್ ದಾಮೋದರ್ ಸ್ವರೂಪ್**ರವರನ್ನು ಬಂಧಿಸಿ ಕರೆತಂದು ನಮ್ಮ ಜೈಲಿನಲ್ಲಿ ನಿತ್ಯವೂ ಚಿತ್ರಹಿಂಸೆ ನೀಡುತ್ತಿದ್ದರು, ಸುಮಾರು ಹತ್ತು

ತಿಂಗಳುಗಳ ಕಾಲ ಅವರು ಊಟ ಮಾಡುವುದನ್ನೇ ಬಿಟ್ಟುಬಿಟ್ಟಿದ್ದರು, ಒಂದು ವರ್ಷದೊಳಗೆ 100 ಕಿಲೋ ಇದ್ದ ಅವರ ದೇಹ 60 ಕಿಲೋಗೆ ಇಳಿದಿತ್ತು, ಅವರಿಗೆ ಹೊಡೆಯುವುದನ್ನು ನೋಡಲೂ ಕೂಡ ಆಗುತ್ತಿರಲಿಲ್ಲ, ಅದನ್ನು ನೋಡಿದವರ ಕಣ್ಣುಗಳಲ್ಲಿ ನೀರು ಬರುತ್ತಿದ್ದವು.

ಹೆಸರಿಗೆ ಮಾತ್ರವೆಂಬಂತೆ ಜೈಲಿನಲ್ಲಿ ಒದೆ ತಿಂದವರಿಗೆ ಶುಶ್ರೂಷೆ ನೀಡಲು ಒಂದು ಆಸ್ಪತ್ರೆಯನ್ನು ಆರಂಭಿಸಿ ಅಲ್ಲಿಗೆ ಮೂವರನ್ನು ವೈದ್ಯರೆಂದು ಹೇಳಿ ಅಲ್ಲಿ ತಂದು ಕೂರಿಸಿದರು, ಅವರಿಗೆ ಯಾವ ಜ್ವರಕ್ಕೆ ಯಾವ ಮಾತ್ರೆ ನೀಡಬೇಕು ಎಂಬುದೇ ತಿಳಿದಿರಲಿಲ್ಲ.

ಕೊನೆಗೆ ಕಾಕೋರಿ ಕೇಸಿನ ಎಲ್ಲಾ ಅಪರಾಧಿಗಳನ್ನು ಒಟ್ಟಿಗೆ ಇರಲು ಅವಕಾಶ ಮಾಡಿಕೊಟ್ಟಿದ್ದರು, ಅಷ್ಟರಲ್ಲಿ ಅವರಲ್ಲೊಂದು ಅನಿರೀಕ್ಷಿತ ಬದಲಾವಣೆಯಾಗಿ ಬಿಟ್ಟಿತ್ತು. ಮೊದಮೊದಲು ಒಟ್ಟಿಗೆ ಇರಲು ಅವರೆಲ್ಲರೂ ಖುಷಿ ಪಟ್ಟರು, ದಿನಕಳೆದಂತೆ ಜೈಲಿನಲ್ಲಿ ಹಿರಿಯ, ಕಿರಿಯ ಎಂಬ ಭಾವನೆಗಳೇ ಮಾಯವಾದವು, ಅನುಭವಿಗಳ ಮಾತುಗಳನ್ನು ಅವಹೇಳನ ಮಾಡಲು ಆರಂಭಿಸಿದರು, ಮಾತಿಗೆ ಉಲ್ಟಾ ಸಬೂಬುಗಳು ಬರಲಾರಂಭಿಸಿದವು, ಚಿಕ್ಕ ಚಿಕ್ಕ ಜಗಳಗಳಿಗೂ ಜಾತಿ ಭೇದದ ಮಾತುಗಳನ್ನಾಡುತ್ತಿದ್ದರು, ಕೆಲವೊಮ್ಮೆ ಮಿತಿ ಮೀರಿ ಜಗಳವಾಡಿಬಿಡುತ್ತಿದ್ದರು.

ನನ್ನ ಕೆಲವು ಕ್ರಾಂತಿಕಾರಿ ಕಾರ್ಯಕರ್ತರು ಜೈಲಿನೊಳಗೆ ಬಂದಮೇಲೆ ಬಹಳ ಬದಲಾಗಿಬಿಟ್ಟಿದ್ದರು, ಪೊಲೀಸರ ಹಿಂಸೆಯಿಂದ ಬಳಲಿದ್ದರು, ಯಾವ ಯುವಕರು ಜೈಲಿನ ಹೊರಗಡೆ ನಾನು ನೀಡುವ ಆಜ್ಞೆಗಳನ್ನು ಚಾಚೂ ತಪ್ಪದೆ ಮಾಡುತ್ತಿದ್ದರೋ ಅಂತಹ ಹುಡುಗರು ನನ್ನ ಮಾತುಗಳಿಗೆ ತಿರಸ್ಕಾರದ ಉತ್ತರ ನೀಡಲು ಆರಂಭಿಸಿದ್ದರು. ಕೆಲವೊಮ್ಮೆ ಇಂತಹ ಘಟನೆಗಳು ಭಯಂಕರ ರೂಪಗಳನ್ನು ತಾಳುತ್ತಿದ್ದವು, ಅವು ಪ್ರಾಂತೀಯ

ಜಗಳಗಳಿಗೆ ನಾಂಧಿ ಹಾಡುತ್ತಿದ್ದವು, ನಾನು ಬಂಗಾಳಿ, ನೀನು ಬಿಹಾರಿ, ನೀನು ಉತ್ತರ ಪ್ರದೇಶದವನು ಎಂದು ನಿಂದಿಸತೊಡಗಿದ್ದರು.

ಬಂಗಾಳಿ ಕ್ರಾಂತಿಕಾರಿಗಳು ದೇಶಕ್ಕಾಗಿ ಮಾಡಿರುವ ಸಾಹಸ ಮತ್ತು ತ್ಯಾಗ ಬೇರೆ ಯಾವುದು ರಾಜ್ಯದ ಕ್ರಾಂತಿಕಾರಿಗಳು ಮಾಡಿಲ್ಲ ಎಂಬುವುದರಲ್ಲಿ ಯಾವುದೇ ಅನುಮಾನಗಳಿರಲಿಲ್ಲ, ಯಾವುದೇ ಕ್ರಾಂತಿಕಾರಿಗಳ ಗುಂಪಿನಲ್ಲಿ ಒಬ್ಬ ಬಂಗಾಳಿ ಸದಾ ಇರುತ್ತಿದ್ದನು, ಯಾವುದೇ ಗುಂಪನ್ನು ಬಂಧಿಸಿದರೂ ಅದರಲ್ಲಿ ಒಬ್ಬ ಬಂಗಾಳಿಯವನು ಖಂಡಿತಾ ಇರುತ್ತಿದ್ದನು, ಅವರ ರೀತಿ ನೀತಿಯೇ ಬೇರೆ ರೀತಿ ಇರುತ್ತಿತ್ತು, ಅವರ ಅಪ್ರತಿಮ ದೇಶ ಪ್ರೇಮ ನೋಡಿ ನಮಗೆ ಗೌರವ ಬರತ್ತಿತ್ತು, ಮತ್ತು ಅವರ ಕ್ರಾಂತಿಯ ರೀತಿಯೂ ನಮಗಿಂತ ಕಠೋರವಾಗಿದ್ದವು, ನಾನು ಜೈಲಿನಲ್ಲಿ ಒಬ್ಬ ಬಂಗಾಳಿಯ ಸ್ವಾತಂತ್ರ್ಯ ಹೋರಾಟಗಾರನನ್ನು ಭೇಟಿಯಾಗಿದ್ದೆ, ಅವನನ್ನು ನಾನು ಶಾಂತಿಮೂರ್ತಿಯೆಂದೇ ಭಾವಿಸಿದ್ದೆ, ಆದರೆ ಒಂದು ದಿನ ಒಂದು ಸಣ್ಣ ವಿಚಾರದಲ್ಲಿ ತಾನು ಬಂಗಾಳಿಯವನೆಂಬ ಗರ್ವ ಅವನ ಬಾಯಿಯಿಂದ ಬಂದಿತ್ತು, ನಾನು ಜೈಲಿನ ಹೊರಗಡೆ ಇದ್ದಾಗ ಕ್ರಾಂತಿಕಾರಿಗಳಲ್ಲಿ ಪ್ರಾಂತ್ಯದ ಬೇಧ ಭಾವವಿರುತದ್ದೇ ಎಂದು ಯೋಚಿಸೆಯೇ ಇರಲಿಲ್ಲ, ಎಲ್ಲಾ ಕ್ರಾಂತಿಕಾರಿಗಳು ಕೂಡ ದೇಶಕ್ಕಾಗಿಯೇ ಹೋರಾಡುತ್ತಿದ್ದರೆ, ಅದರಲ್ಲಿ ನೀನು ಯಾವ ಪ್ರಾಂತ್ಯಕ್ಕೆ ಸೇರಿದರೆ ಏನು ಸಂಭಂದ ಎಂದು ನಂಬಿದ್ದೆ.

ಎಂಥಹ ಭಯಂಕರ ಸನ್ನಿವೇಶಗಳಲ್ಲೂ ನನ್ನ ಮುಖದಲ್ಲಿ ಬೇಸರದ ಛಾಯೆ ಇರಲಿಲ್ಲ, ನನ್ನ ಪ್ರೀತಿಯ ತಮ್ಮ ಸತ್ತಾಗಲೂ ಕೂಡ ನನ್ನ ಕಣ್ಣುಗಳಿಂದ ನೀರು ಹರಿದಿರಲಿಲ್ಲ, ಆದರೆ ನಾನು ಕಟ್ಟಿದ್ದ ಕ್ರಾಂತಿಕಾರಿದಳದ ಯುವಕರ ಒಳ ಜಗಳಗಳನ್ನು ನೋಡಿ ನನ್ನ ಕಣ್ಣುಗಳಿಂದ ನೀರು ಬಂದಿದ್ದವು, ನಾನು ಕಣ್ಣೀರಿಡುವುದನ್ನು ಕಂಡು ನನ್ನ ಕೆಲ ಸಹಪಾಠಿಗಳು ಆಶ್ಚರ್ಯ ಪಟ್ಟಿದ್ದರು.

ಕೊನೆಯ ಬಾರಿ ಪೊಲೀಸರು ನನ್ನನ್ನು ಭೇಟಿಯಾಗಲು ಬಂದಿದ್ದಾಗ ಅವರು ನನ್ನ ದೇಶಭಕ್ತಿ, ಕ್ರಾಂತಿಕಾರಿ ದಳವನ್ನು ಮುನ್ನಡೆಸಿದ್ದ ರೀತಿಯನ್ನು ನೋಡಿ ಮೆಚ್ಚಿದ್ದರು, ಆದರೆ ಅವರು ನನಗೆ ಕಠಿಣವಾದ ಶಿಕ್ಷೆಯಾಗುವ ಸಾಧ್ಯತೆ ಇದೆ ಎಂದು ತಿಳಿಸಿದರು.

ಗೋರಖ್ ಪುರ್ ಜೈಲಿನಲ್ಲಿ ಸಿಗುವ ಊಟ ಮಾಡಿಕೊಂಡು ಬದುಕುವುದೇ ಕಷ್ಟವಾಗಿಬಿಟ್ಟಿತ್ತು, ಆಹಾರ ತಯಾರಿಸುವ ರೀತಿ ಒಂದಿಷ್ಟೂ ಕೂಡ ಶುಚಿಯಾಗಿರಲಿಲ್ಲ, ಹಾಗೂ ಆಹಾರದಲ್ಲಿ ಯಾವುದೇ ರೀತಿಯ ಜೀವಸತ್ವಗಳಿರಲಿಲ್ಲ, ಅದಕ್ಕೆ ಬೇಕು ಎಂದೇ ನ್ಯಾಯಾಲಯವು ಬೇಕೆಂದೇ ಹಲವು ಪ್ರಮುಖ ಸ್ವಾತಂತ್ರ್ಯ ಹೋರಾಟಗಾರರನ್ನು ಇಲ್ಲಿನ ಜೈಲಿಗೆ ಕಳುಹಿಸುತ್ತಿದ್ದರು, ಜೈಲಿನ ಪರಿಸ್ಥಿತಿ ನೋಡಿ ಹಲವು ಕ್ರಾಂತಿಕಾರಿಗಳು ಉಪವಾಸ ಸತ್ಯಾಗ್ರಹ ಮಾಡಿ ಪ್ರಾಣವನ್ನೂ ಬಿಟ್ಟಿದ್ದರು, ಆದರೂ ಕೂಡ ಸರ್ಕಾರಕ್ಕೆ ಕಿಂಚಿತ್ತೂ ತಮ್ಮ ತಪ್ಪಿನ ಅರಿವಾಗಿರಲಿಲ್ಲ.

ಕಾಕೋರಿ ಕೇಸಿನಲ್ಲಿ ಸೆರೆಸಿಕ್ಕಿದ್ದ ಎಲ್ಲರೂ ಉಪವಾಸ ಸತ್ಯಾಗ್ರಹ ಮಾಡಲು ತೀರ್ಮಾನಿಸಿದೆವು, ಅದನ್ನರಿತ ಪೊಲೀಸರು ನಮ್ಮೆಲ್ಲರನ್ನೂ ಮತ್ತೆ ಬೇರೆ ಬೇರೆ ಕೋಣೆಗಳಿಗೆ ಶಿಫ್ಟ್ ಮಾಡಿದ್ದರು, ಕೆಲವರನ್ನು ಜಿಲ್ಲಾ ಬಂಧಿಖಾನೆಗೆ ಕಳಿಸಿದರೆ, ಇನ್ನು ಕೆಲವರನ್ನು ಸೆಂಟ್ರಲ್ ಜೈಲಿಗೆ ರವಾನಿಸಿದರು, ಆದರೆ ನಾವು ಉಪವಾಸ ಮಾಡುವುದನ್ನು ನಿಲ್ಲಿಸಲಿಲ್ಲ,

ಕೇವಲ ನೀರು ಕುಡಿದುಕೊಂಡು 15 ದಿನಗಳ ಕಾಲ ಉಪವಾಸ ಮಾಡಿದೆವು, ಕೊನೆಗೆ ಪೊಲೀಸರು ನಮ್ಮ ಮೂಗುಗಳನ್ನು ಹಿಡಿದು ನಮ್ಮ ಬಾಯಿಯೊಳಗೆ ಹಾಲನ್ನು ಸುರಿಯಲು ಆರಂಭಿಸಿದರು. ನನ್ನ ಉಪವಾಸಕ್ಕೆ **ಠಾಕೂರ್ ರೋಷನ್ ಸಿಂಗ್ ಸಾಥ್**

ಠಾಕೂರ್ ರೋಷನ್ ಸಿಂಗ್

ನೀಡಿದ್ದರು, ನನ್ನ ಜೊತೆ ಅವರು ಕೂಡ 15 ದಿನ ಉಪವಾಸ ಮಾಡಿದ್ದರು.

ಠಾಕೂರ್ ರೋಷನ್ ಸಿಂಗ್ ಒಬ್ಬ ಕಠೋರ ಕ್ರಾಂತಿಕಾರಿ, ಒಮ್ಮೆ ದರೋಡೆಯ ವೇಳೆ ಊರಿನ ಪೈಲ್ವಾನನೊಬ್ಬ ರೋಷನ್ ಸಿಂಗ್ ಬಳಿ ಧೈರ್ಯವಿದ್ದರೆ ನನ್ನ ಜೊತೆ ಹೋರಾಟಕ್ಕೆ ಬಾ, ಎಂದು ಪಂದ್ಯ ಕಟ್ಟಿದ್ದ, ಅದನ್ನು ಕೇಳಿದಾಕ್ಷಣ ರೋಷನ್ ಸಿಂಗ್ ಒಂದೇ ಗುಂಡಿನಿಂದ ಪೈಲ್ವಾನನ ಎದೆಯಿಂದ ರಕ್ತ ಬರಿಸಿದ್ದ, ಆದರೆ ಕಾಕೋರಿ ಪ್ರಕರಣದಲ್ಲಿ ಅವನ ಪಾಲು ಇರಲಿಲ್ಲ, ಆದ್ದರಿಂದ ಕೋರ್ಟ್ ಅವನಿಗೆ ಪೈಲವಾನನ ಕೊಲೆಯ ಕೇಸಿನಲ್ಲಿ 5 ವರ್ಷಗಳ ಕಠಿಣ ಕಾರಾಗೃಹ ಶಿಕ್ಷೆ ವಿಧಿಸಿತ್ತು, ಆದರೆ ಇಂಗ್ಲಿಷ್ ಬಾರದ ರೋಷನ್ ಸಿಂಗ್ ತನಗೂ ಗಲ್ಲು ಶಿಕ್ಷೆ ನೀಡಿದ್ದಾರೆಂದು ಭಾವಿಸಿ ನ್ಯಾಯಾಧೀಶರಿಗೆ ಬಾಯಿಗೆ ಬಂದ ಹಾಗೆ ನಿಂದಿಸತೊಡಗಿದ, ಇದರಿಂದ ಕುಪಿತಗೊಂಡು ನ್ಯಾಯಾಧೀಶರು ರೋಷನ್ ಸಿಂಗಿಗೆ ಮರಣ ದಂಡನೆ ನೀಡಲಾಗಿದೆ ಎಂದು ಶಿಕ್ಷೆಯನ್ನು ತಿದ್ದುಪಡಿ ಮಾಡಿದರು. ರೋಷನ್ ಸಿಂಗ್ ಜೈಲು ಸೇರಿದ ನಂತರ ಅವರ ಮಗಳನ್ನು ಮದುವೆಯಾಗಲು ಯಾರು ಕೂಡ ಮುಂದೆ ಬರುತ್ತಿರಲಿಲ್ಲ, ಯಾರಾದರೂ ಬಂದರೆ ಪೊಲೀಸರು ಅವರನ್ನು ಹೆದರಿಸಿ ನಿಮಗೂ ಕ್ರಾಂತಿಕಾರಿಗಳ ಜೊತೆ ಸಂಭಂದವಿದೆ ಎಂದು ಜೈಲಿಗೆ ಕಳಿಸುತ್ತೇವೆ ಎಂದು ಹೆದರಿಸುತ್ತಿದ್ದರು.

ನಮ್ಮ ಕೆಲ ಯುವಕರು ನಾನು ಕಾಕೋರಿ ದರೋಡೆಯಲ್ಲಿ ಬಂದಿದ್ದ ಹಣವನ್ನು ದುರ್ಬಳಕೆ ಮಾಡಿಕೊಂಡಿದ್ದೇನೆಂಬ ಅಪವಾದವನ್ನು ಹೊರಿಸಿದ್ದರು, ಕಾಕೋರಿ ದರೋಡೆಯಲ್ಲಿ ನಮಗೆ ಒಟ್ಟು 4200 ರೂಪಾಯಿಗಳು ದೊರಕಿದ್ದವು, ಅದರ ಒಂದು ಒಂದು ಪೈಸೆಯ ಹಣವನ್ನು ನಾನು ಲೆಕ್ಕ ಇಟ್ಟಿದ್ದೆ, ಅದನ್ನು ಅವರಿಗೆ ತಿಳಿಸಿ ಹೇಳಿದ ನಂತರ ಅವರೆಲ್ಲರೂ ತಮ್ಮ ಮತಿಗೇಡಿ ತನಕ್ಕೆ ಬೇಸರ ಮಾಡಿಕೊಂಡರು.

ಒಮ್ಮೆ ನ್ಯಾಯಾಲಯದಲ್ಲಿ ವಾದ ನಡೆಯುವಾಗ ಒಬ್ಬ ಸರ್ಕಾರಿ ವಕೀಲರು ಎದ್ದು ನಿಂತು ತಮ್ಮ ಮುಕ್ತ ಕಂಠದಿಂದ ನನ್ನ ದೇಶ ಪ್ರೇಮವನ್ನು

ಮತ್ತು ದೇಶಕ್ಕಾಗಿ ಮಾಡಿದ ಸಾಹಸ ಕಾರ್ಯಗಳನ್ನು ಹೊಗಳಿದ್ದರು, ಅವರಿಗೆ ನಾನು ವಿನಮ್ರದಿಂದ ನಮಸ್ಕಾರ ಮಾಡುವುದರ ಮೂಲಕ ನನ್ನ ಉತ್ತರ ನೀಡಿದ್ದೆ, ಅವರೊಬ್ಬ ಸರ್ಕಾರಿ ವಕೀಲರಾಗಿ ನ್ಯಾಯಾಲಯದಲ್ಲಿ ಎದ್ದು ನಿಂತು ಸರ್ಕಾರದ ವಿರುದ್ಧ ಮಾತನಾಡಿ ತನ್ನ ದೇಶ ಪ್ರೇಮವನ್ನು ಮೆರೆದಿದ್ದನ್ನು ಕಂಡು ಅಲ್ಲಿದ್ದ ಕೆಲ ವಕೀಲರು ಆಶ್ಚರ್ಯ ಪಟ್ಟಿದ್ದರು, ಹಲವು ವಕೀಲರಿಗೆ ನನಗೆ ಮರಣ ದಂಡನೆಯ ಬದಲು 10-12 ವರ್ಷಗಳ ಶಿಕ್ಷೆಯನ್ನು ನೀಡಲಿ ಎಂದು ಬಯಸಿದ್ದರು.

ನನಗೆ ಏನು ಶಿಕ್ಷೆ ನೀಡಬೇಕೆಂದು ಸರ್ಕಾರ ಅದಾಗಲೇ ತೀರ್ಮಾನ ಮಾಡಿಬಿಟ್ಟಿತ್ತು, ಕೇವಲ ನಾಮವಶೇಷವಾಗಿ ವಾದ ವಿವಾದಗಳನ್ನು ನಡೆಸುತ್ತಿತ್ತು. ಒಂದು ದಿನ ಕೆಲ ಯುವಕರು ನನ್ನ ಕೋಣೆಯ ಬಳಿಗೆ ಬಂದು ಸಿ.ಐ.ಡಿ ಅಧಿಕಾರಿಗಳು ನಿಮ್ಮ ಶಿಕ್ಷೆಯು ಪ್ರಕಟವಾದ ನಂತರ ನಿಮ್ಮನ್ನು ಯಾವ ಕೋಣೆಯಲ್ಲಿ ಬಂಧಿಸಬೇಕು ಹಾಗೂ ನಿಮ್ಮನ್ನು ಯಾವ ರೀತಿ ನಡೆಸಿಕೊಳ್ಳಬೇಕು ಎಂದು ಗಂಟೆಗಳ ಕಾಲ ತೀರ್ಮಾನಿಸುತ್ತಿದ್ದಾರೆ ಎಂದು ಹೇಳಿದರು, ಆಗ ನನ್ನ ಅಂತರಾತ್ಮವು ನನ್ನನ್ನು ಏಳು ಎದ್ದು ಹೋಗಿ ಹೊರಗೆ ನೋಡು ಏನು ನಡೆಯುತ್ತಿದೆ ಎಂದು ತಿಳಿದಿಕೋ ಎಂದು ಹೇಳುತ್ತಿತ್ತು.

ನನ್ನ ವಿರುದ್ಧ ನಾಲ್ಕೂ ದಿಕ್ಕುಗಳಿಂದಲೂ ಷಡ್ಯಂತ್ರವನ್ನು ರಚಿಸಿದ್ದರು, ನನ್ನ ವಿರುದ್ಧ ಜೈಲಿನಲ್ಲಿ ಅನುಚಿತ ವರ್ತನೆಯ ಆಕ್ಷೇಪ ಮಾಡಿದ್ದರು, ನನ್ನ

ಅಂದಿನ ಪತ್ರಿಕೆಯಲ್ಲಿ ಪ್ರಕಟವಾದ ಕಾಕೋರಿ ಕೇಸಿನ ತೀರ್ಪು

[54]

ಜೊತೆಯಲ್ಲಿದ್ದ ಯುವಕರು ಕೇವಲ 20 ವರ್ಷದವರಾಗಿದ್ದರೂ ಅವರೆಲ್ಲರಿಗೂ ದೊಡ್ಡ ಮಟ್ಟದ ಶಿಕ್ಷೆಯನ್ನು ನೀಡಲಾಗಿತ್ತು.ಪೊಲೀಸರು ಕಾಕೋರಿ ರೈಲಿನ ದರೋಡೆಯ ನನ್ನ ವಿಚಾರಣೆಯ ಸಂಬಂಧ ನಾನು ಆಗಸ್ಟ್ 8,9 ಹಾಗೂ 10ನೆ ತಾರೀಖಿನಂದು ಷಹಜಹಾನ್ಪುರದಲ್ಲಿ ಇಲ್ಲದ ಕಾರಣ ನನ್ನ ಮೇಲಿನ ಅಪವಾದ ದೃಢವಾಗಿತ್ತು, ನನಗೆ ಪತ್ರಗಳು ಸೀದಾ ನನ್ನ ಹೆಸರಿನಲ್ಲಿ ಬರುತ್ತಿರಲ್ಲಿಲ್ಲ, ನಮ್ಮ ಊರಿನ ಶಾಲೆಯಲ್ಲಿ ಹಿಂಧೂ ಭೂಷಣ್ ಎಂಬ ವಿದ್ಯಾರ್ಥಿಯಿದ್ದ, ಅವನ ಮೂಲಕ ಪತ್ರಗಳು ನನಗೆ ಸಿಗುತ್ತಿದ್ದವು, ಆದರೆ ಆ ಶಾಲೆಯ ಹೆಡ್ ಮಾಸ್ಟರ್ ಹಿಂದೂ ಭೂಷಣನಿಗೆ ಬರುತ್ತಿದ್ದ ಪತ್ರಗಳನ್ನು ನಕಲು ಮಾಡಿ ಪೊಲೀಸರಿಗೆ ನೀಡತೊಡಗಿದರು, ಈ ರೀತಿಯ ಒಂದು ಪತ್ರದಿಂದ ಮೀರತ್ನಲ್ಲಿ ಕ್ರಾಂತಿಕಾರಿ ಸಮಾವೇಶ ನಡೆಸುವ ಸುದ್ದಿ ಪೊಲೀಸರಿಗೆ ತಲುಪಿತ್ತು, ದುರಾದೃಷ್ಟವಶಾತ್ ನಾನು ಬರೆದಿದ್ದ ಒಂದು ಪತ್ರ ಕೂಡ ಪೊಲೀಸರ ಕೈ ಸೇರಿತ್ತು. ಅದರಿಂದ ಅಂದು ಮೀರತ್ನಲ್ಲಿ ನಡೆಯಬೇಕಿದ್ದ ಸಮಾವೇಶ ನಡೆಯದೆ ಅಲ್ಲಿ ಬಂದಿದ್ದ ಕ್ರಾಂತಿಕಾರಿಗಳನ್ನು ಪೊಲೀಸರು ಬಂಧಿಸಿದ್ದರು.

ನನಗೆ ಕೆಲವೊಂದು ಪತ್ರಗಳು ಬನಾರಸ್ಸಿನ ಒಂದು ಹಿಂದೂ ವಿಶ್ವವಿದ್ಯಾನಿಲಯದಿಂದ ಬರುತ್ತಿದ್ದವು, ಇದನ್ನು ತಿಳಿದುಕೊಂಡ ಪೊಲೀಸರು ಬನಾರಸ್ಸಿನ ವಿಶ್ವವಿದ್ಯಾನಿಲಯದೊಳಗೆ ನುಗ್ಗಿದರು, ಅಲ್ಲಿ ಒಬ್ಬ ವಿದ್ಯಾರ್ಥಿಯ ಕೊಠಡಿಯಲ್ಲಿ ಅವರಿಗೆ ಒಂದು ರೈಫಲ್ ಸಿಕ್ಕಿತ್ತು, ಆದರೆ ಆ ವಿದ್ಯಾರ್ಥಿ ಅಲ್ಲಿಂದ ತಪ್ಪಿಸಿಕೊಂಡಿದ್ದ, ಕೊನೆಗೆ ಕಾನ್ಪುರದಲ್ಲಿ ಅವನನ್ನು ಬಂಧಿಸಿದರು.

ಬನವರಿಲಾಲ್ ಅಪ್ರೋವೆರ್ ಆದ ನಂತರ ಪೊಲೀಸರಿಗೆ ಎಲ್ಲಾ ವಿಷಯಗಳ ಬಗ್ಗೆ ಮಾಹಿತನ್ನು ನೀಡಿದ್ದ, ನನಗೆ ಪತ್ರಗಳು ಎಲ್ಲಿಂದ ಬರುತ್ತವೆ, ಹಾಗೂ ನಾನು ಎಲ್ಲೆಲ್ಲಿಗೆ ಪತ್ರಗಳನ್ನು ಬರೆಯುತ್ತೇನೆ, ಪಾರ್ಸೆಲ್

ಗಳು ಎಲ್ಲಿಂದ ಬರುತ್ತವೆ ಎಂದು ನಮ್ಮ ತಂಡದ ಎಲ್ಲಾ ಕ್ರಾಂತಿಕಾರಿಗಳನ್ನು ಹಿಡಿದು ಕೊಟ್ಟಿದ್ದ.

ರಾಜೇಂದ್ರ ಲಹರಿ

ಇದೆ ರೀತಿ ರಾಯ್ ಬರೇಲಿಯ ಶಾಲೆಯ ಒಬ್ಬ ವಿದ್ಯಾರ್ಥಿಯ ಬಳಿ ಪಾರ್ಸೆಲ್ ಗಳು ಬರುತ್ತಿದ್ದವು, ಅವನನ್ನು ಪೊಲೀಸರು ಬಂಧಿಸಿದರು, ಬನವರಿಲಾಲ್ ಹೇಳಿಕೊಟ್ಟಂತೆ ಅವನೂ ಕೂಡ ಸರ್ಕಾರಿ ಅಪ್ರೋವೆರ್ ಆಗಿಬಿಟ್ಟಿದ್ದ, ಅವನ ಮನೆಯಲ್ಲಿ ಬನವರಿಲಾಲನ ಒಂದು ಟ್ರಂಕ್ ಸಿಕ್ಕಿತ್ತು, ಅದರಲ್ಲಿ ಬಂಧೂಕುಗಳು, ರಿವಾಲ್ವಾರ್ಗಳು ಮತ್ತು ಮದ್ದು ಗುಂಡುಗಳು ಸಿಕ್ಕಿದ್ದವು, ಪೊಲೀಸರು ಅದನ್ನು ತಮ್ಮ ಹಿಡಿತಕ್ಕೆ ತೆಗೆದುಕೊಂಡಿದ್ದರು.

ಕಾಕೋರಿ ದರೋಡೆಯಲ್ಲಿ ಬಂದ ಸ್ವಲ್ಪ ಹಣವನ್ನು ನಾವು ಬಾಂಬ್ ತಯಾರಿಸಲು ಉಪಯೋಗಿಸಿದ್ದೆವು, ಕಲ್ಕತ್ತಾದ ದಕ್ಷಿಣೇಶ್ವರದ ಒಂದು ಮನೆಯಲ್ಲಿ ರಾಜೇಂದ್ರ ಲಹರಿ ಮತ್ತು ಸಂಗಡಿಗರು ಬಾಂಬ್ ತಯಾರಿಸುವಾಗಲೇ ಪೊಲೀಸರಿಗೆ ಸಿಕ್ಕಿ ಬಿದ್ದಿದ್ದರು, ಅಂದು ಪೊಲೀಸರು ಒಂದು ಸಜೀವ ಬಾಂಬ್ ಮಾತ್ತು ಹಲವು ಬಾಂಬ್ ತಯಾರಿಸುವ ವಸ್ತುಗಳನ್ನು ವಶಪಡಿಸಿಕೊಂಡಿದ್ದರು, ಬಾಂಬ್ ತಯಾರಿಕೆಯ ಕೇಸಿನಲ್ಲಿ ರಾಜೇಂದ್ರ ಲಹರಿಗೆ 10 ವರ್ಷಗಳ ಸಜೆಯಾಯಿತು, ನಂತರ ಅವನನ್ನು ಕಾಕೋರಿ ಪ್ರಕರಣದ ವಿಚಾರಣೆಗೆಂದು ಲಖನೌಗೆ ಕಳಿಸಿದರು, ಅಲ್ಲಿಯವರೆಗೂ ಅಷ್ಫಾಕ್ ನಾಪತ್ತೆಯಾಗಿದ್ದನು.

26 ಸೆಪ್ಟೆಂಬರ್ 1925ರಂದು ಬಿಸ್ಮಿಲ್ಲರನ್ನು ಬಂಧಿಸಿದ ತಕ್ಷಣವೇ ಪೊಲೀಸರು ಅಷ್ಫಾಕನ ಮನೆಯ ಮುಂದೆ ಜಮಾಯಿಸಿದ್ದರು, ಆದರೆ ಅಷ್ಫಾಕನಿಗೆ ಪೊಲೀಸರು ಬರುವ ಸೂಚನೆ ಮೊದಲೇ ತಿಳಿದಿತ್ತು.

ಪೊಲೀಸರು ಬಂದ ಆ ಸನ್ನಿವೇಶವನ್ನು ಅಷ್ಫಾಕ್ ನ ಅಣ್ಣ ರಿಯಾಸತ್ ಉಲ್ಲಾ ಖಾನ್ ಈ ರೀತಿ ವಿವರಿಸಿದ್ದಾರೆ-

ಅಂದು ರಾತ್ರಿ ನಾವೆಲ್ಲರೂ ಊಟ ಮಾಡಿ ನಿತ್ಯವೂ ಮಲಗುವಂತೆ ಮಲಗಿದ್ದೆವು, ಅಷ್ಫಾಕ್ ಕೂಡ ನಮ್ಮ ಜೊತೆಯೇ ಊಟ ಮಾಡಿ ಮಲಗಿದ್ದ, ಪ್ರತಿದಿನ ನಾನು ನಾಲ್ಕು ಗಂಟೆಗೆ ಎದ್ದು ನೀರು ಕುಡಿದು ನಮಾಜ್ ಮಾಡುವುದು ನನ್ನ ರೂಢಿಯಾಗಿತ್ತು, ಅದರಂತೆಯೇ ಅಂದೂ ಕೂಡ ನೀರು ಕುಡಿಯೋಣವೆಂದು ಅಡುಗೆ ಮನೆಗೆ ಹೋಗಿದ್ದೆ, ಆದರೆ ಆಗ ನನಗೆ ನಮ್ಮ ಮನೆಯ ಮುಂದೆ ಪೊಲೀಸರ ಬೂಟಿನ ಶಬ್ದ ಕೇಳಿಸಿತು, ಯಾರು ಎಂದು ಕಿಟಕಿ ಇಣುಕಿ ನೋಡಿದಾಗ ಪೊಲೀಸರೆಂದು ಖಾತ್ರಿಯಾಯಿತು,

ತಕ್ಷಣವೇ ನಾನು ಮಲಗಿದ್ದ ಅಷ್ಫಾಕನನ್ನು ಕರೆದೆ, ಅವನು ತಕ್ಷಣ ಎದ್ದು ಕುಳಿತ, ನಾನು ಅವನಿಗೆ ಪೊಲೀಸರು ಬಂದಿದ್ದಾರೆಂದು ಹೇಳಿದಕ್ಕೆ, ಅವನು ತನ್ನನ್ನು ಬಂಧಿಸಲು ಬಂದಿದ್ದಾರೆಂದು ಹೇಳಿದ, ತಕ್ಷಣ ಎಲ್ಲಾದರೂ ಬಚ್ಚಿಕೋ ಎಂದು ಹೇಳಿದೆ, ಆ ಕ್ಷಣದಲ್ಲೇ ಅವನು ಮಲಗಿದ್ದ ಹಾಸಿಗೆಯನ್ನು ಅಟ್ಟದ ಮೇಲೆ ಎಸೆದು ಐರ್ಲೆಂಡಿನಿಂದ ಬಂದಿದ್ದ ಒಂದು ಬಾಕ್ಸಿನ ಒಳಗೆ ಹೋಗಿ ಅಡಗಿಕೊಂಡ, ಇದೆಲ್ಲವೂ ಕೇವಲ ಒಂದು ನಿಮಿಷದೊಳಗೆ ನಡೆದಿತ್ತು, ಪೊಲೀಸರು ಬಂದು ಬಾಗಿಲು ತಟ್ಟಿದರು, ಏನು ಬೇಕು ಎಂದು ಕೇಳಿದಾಗ ಪ್ರತಾಪಗಡದಲ್ಲಿ ದರೋಡೆಯಾಗಿದೆ ಅದರ ವಿಚಾರ ನಿಮ್ಮ ಮನೆಯನ್ನು ಶೋಧಮಾಡಬೇಕಿದೆ ಎಂದರು, ಅದಕ್ಕೆ ವಾರಂಟ್ ಇದೆಯೇ ಎಂದು ಕೇಳಿದಾಗ ಅವರು ಸರ್ಕಾರ ಎಲ್ಲಾ ಕ್ರಾಂತಿಕಾರಿಗಳನ್ನು ಬಂಧಿಸಲು ಹೊರಡಿಸಿರುವ ಪ್ರತಿಯನ್ನು ನನ್ನ ಕೈಲಿ ಇಟ್ಟರು, ಒಳಗಡೆ ಬಂದು ಅಷ್ಫಾಕ್ ಎಲ್ಲಿ ಎಂದು ಹುಡುಕಾಡಿದರು ಆದರೆ ಅವರಿಗೆ ಅಷ್ಫಾಕ್ ಸಿಗಲಿಲ್ಲ, ಅವನು

ಅಡಗಿದ್ದ ಬಾಕ್ಸಿನ ಪಕ್ಕದಲ್ಲೇ ಪೊಲೀಸರು ನಿಂತು ಮಾತನಾಡುತ್ತಿದ್ದರು ಆದರೆ ಅವರಿಗೆ ಅದನ್ನು ಹುಡುಕಬೇಕು ಎಂಬ ತಾಳ್ಮೆ ಇರಲಿಲ್ಲ, ಅವನು ಓಡಿಹೋಗಿದ್ದಾನೆ ಎಂದು ಭಾವಿಸಿದ್ದರು. ಏನೂ ಸಿಗದ ಕಾರಣ ಪೊಲೀಸರು ಅಂದು ನಮ್ಮ ಮನೆಯಿಂದ ಹೊರಟು ಹೋಗಿದ್ದರು.

ಪೊಲೀಸರು ಹೋದ ಬಳಿಕ ಮುಂದಿನ ದಿನದ ರಾತ್ರಿಯವರೆಗೂ ಅಷ್ಫಾಕ್ ಆ ಬಾಕ್ಸಿನಲ್ಲೇ ಅಡಗಿ ಕುಳಿತ್ತಿದ್ದ, ರಾತ್ರಿಯಾಗಿ ಕತ್ತಲಾದ ನಂತರ ಬಾಕ್ಸಿನಿಂದ ಹೊರಗಡೆ ಬರುವಂತೆ ಹೇಳಿದೆ, ಅವನು ಹೊರಗಡೆ ಬಂದ ತಕ್ಷಣ ಅವನ ಕೈಗೆ 400 ರೂಪಾಯಿಗಳನ್ನು ನೀಡಿದೆ, ಅದನ್ನು ತೆಗೆದುಕೊಂಡು ತನ್ನ ಬಟ್ಟೆಗಳನ್ನು ಸೂಟ್ ಕೇಸ್ನಲ್ಲಿ ತುಂಬಿಕೊಂಡು ಯಾರು ಕಾಣದ ರಾತ್ರಿಯಲ್ಲಿ ಮನೆಯಿಂದ ಹೊರನಡೆದಿದ್ದ.

ಕೆಲ ದಿನಗಳವರೆಗೂ ಪೊಲೀಸರ ಸುಳಿವು ಇರಲಿಲ್ಲ, ಎಷ್ಟೋ ದಿನಗಳ ನಂತರ ಒಂದು ದಿನ ದಿಢೀರನೆ ಪೊಲೀಸರು ಬಂದು ಮನೆಯಲ್ಲಾ ಹುಡುಕಿದರು, ಆದರೆ ಆಗ ಅವರ ಕೈಗೆ ಒಂದು ಬಂಧೂಕು ಸಿಕ್ಕಿಬಿಟ್ಟಿತ್ತು, ಆ ಬಂಧೂಕಿನಿಂದ ಅಷ್ಫಾಕ್ ಒಬ್ಬ ಕ್ರಾಂತಿಕಾರಿ ಎಂದು ಪೊಲೀಸರು ನಮೂದಿಸಿಬಿಟ್ಟರು. ನನ್ನ ಚಿಕ್ಕಪ್ಪನಿಗೆ ಹಲವು ಪೊಲೀಸ್ ಅಧಿಕಾರಿಗಳ ಪರಿಚವಿತ್ತು, ಅವರ ಮೂಲಕ ಅಷ್ಫಾಕನನ್ನು ಕ್ಷಮಿಸುವಂತೆ ಪೊಲೀಸರ ಮುಂದೆ ಕೇಳಿಕೊಂಡವು, ಅದಕ್ಕೆ ಪೊಲೀಸರು ನಮಗೆ ಒಂದು ಆಫರ್ ಇಟ್ಟರು, ಅಷ್ಫಾಕನನ್ನು ಶರಣಾಗುವಂತೆ ಮಾಡಿ, ಸರ್ಕಾರಿ ಅಪ್ರೋವರ್ ಆದರೆ ಅವನ ಮೇಲಿನ ಎಲ್ಲಾ ಕೇಸುಗಳನ್ನು ತೆಗೆದು ಹಾಕುವುದಾಗಿ ಹೇಳಿ ಹೋದರು".

ಅಷ್ಫಾಕ್ ನಮ್ಮ ಮನೆಯಿಂದ ಹೊರಟು ನೇಪಾಳಕ್ಕೆ ಓಡಿ ಹೋಗಿದ್ದನು, ಆದರೆ ಅಲ್ಲಿ ಅವನು ಬಹಳ ದಿನಗಳ ಕಾಲ ಇರಲು ಆಗಲಿಲ್ಲ, ನೇಪಾಳದಲ್ಲಿ ಪೊಲೀಸರ ಶೋಧ ಚುರುಕಾಯಿತು, ಆದ್ದರಿಂದ ಅವನು ಅಲ್ಲಿಂದ ಹೊರಡಲು ಸಿದ್ದನಾಗಿದ್ದ, ಅಲ್ಲಿಂದ ಅವನು ರಾಜಸ್ಥಾನದ ಪಿಳನಿಗೆ

ಬಂದನು, ಅವನು ಅಲ್ಲಿಗೆ ಬರುವಷ್ಟರಲ್ಲಿ ಅವನ ಬಳಿಯಿದ್ದ ಅಷ್ಟೂ ಹಣ ಖಾಲಿಯಾಗಿಬಿಟ್ಟಿತ್ತು.

ರಾಜಸ್ಥಾನದಲ್ಲಿ ನನಗೆ ಒಬ್ಬ ಗುತ್ತಿಗೆದಾರನ ಪರಿಚಯವಿತ್ತು, ಅಷ್ಫಾಕನಿಗೆ ಅವನನ್ನು ಭೇಟಿಯಾಗಲು ಹೇಳಿದೆ, ಆ ಗುತ್ತಿಗೆದಾರ ಅಷ್ಫಾಕ್‌ಗೆ 15 ರೂಪಾಯಿಗಳನ್ನು ನೀಡಿದ್ದ, ಹಣವನ್ನು ಪಡೆದ ಅಷ್ಫಾಕ್ ತಾನು ಲಖನೌಗೆ ಹೋಗುವುದಾಗ ಅವನ ಬಳಿ ಹೇಳಿದ, ಅದಕ್ಕೆ ನನ್ನ ಸ್ನೇಹಿತ ಅಲ್ಲಿ ಕಾಕೋರಿ ಕೇಸು ನಡೆಯುತ್ತಿದೆ, ಅಲ್ಲಿಗೆ ಹೋದರೆ ನಿನ್ನನು ಬಂಧಿಸುತ್ತಾರೆ, ಅಲ್ಲಿಗೆ ಹೋಗಬೇಡ ಎಂದ, ಅದಕ್ಕೆ ಅಷ್ಫಾಕ್ ಪರವಾಗಿಲ್ಲ, ನನಗೆ ಅದ್ಯಾವುದರ ಭಯವಿಲ್ಲ ಎಂದು ಲಖನೌಗೆ ಹೊರಟು ಬಂದಿದ್ದ.

ಆ ರಾತ್ರಿಯೇ ಅಷ್ಫಾಕ್ ಅಲ್ಲಿಂದ ರೈಲ್ವೆ ನಿಲ್ದಾಣಕ್ಕೆ ಹೋಗಿ ಲಖನೌಗೆ ಬಂದಿದ್ದ. ಸ್ವಲ್ಪ ದಿನಗಳ ಕಾಲ ಲಖನೌ ನಲ್ಲಿ ಇದ್ದ ಅಷ್ಫಾಕ್ ಗಣೇಶ್ ಶಂಕರ್ ವಿದ್ಯಾರ್ಥಿಯವರನ್ನು ಭೇಟಿ ಮಾಡಿದ, ಅವನನ್ನು ನೋಡಿ ಅಪ್ಪಿಕೊಂಡ ಗಣೇಶ್ ಶಂಕರ್ ವಿದ್ಯಾರ್ಥಿ ಅಷ್ಫಾಕನಿಗೆ ಹಣವನ್ನು ನೀಡಿ ಬನಾರಸ್ಸಿಗೆ ಕಳಿಸಿದರು, ಬನಾರಸ್ಸಿನಲ್ಲಿ ಅವರ ಪಕ್ಷದ ಹಲವು ಕಾರ್ಯಕರ್ತರು ಇದ್ದರು, ಅವರ ಜೊತೆ ಸ್ವಲ್ಪ ದಿನಗಳನ್ನು ಕಳೆದ ಅಷ್ಫಾಕ್ ಒಂದು ದಿನ ದಿಢೀರನೆ ಷಹಜಹಾನ್ಪುರದ ರೈಲ್ವೆ ನಿಲ್ದಾಣದಲ್ಲಿ ಕಾಣಿಸಿಕೊಂಡನು. ಅಂದು ಬೆಳಗ್ಗೆ 3 ಗಂಟೆಗೆ ಅಲಹಾಬಾದ್ ಎಕ್ಸ್ ಪ್ರೆಸ್ ಷಹಜಹಾನ್ಪುರ ತಲುಪಿತ್ತು. ಅಷ್ಫಾಕ್ ಆ ರೈಲಿನಿಂದ ಒಬ್ಬ ಸಿಖ್ ವೇಷಧಾರಿಯಾಗಿ ಇಳಿದಿದ್ದ, ಅವನು ತಲೆಗೆ ಪೇಟವನ್ನು ಧರಿಸಿ, ತನ್ನ ಗಡ್ಡವನ್ನು ಎತ್ತಿ ಮೇಲಕ್ಕೆ ಕಟ್ಟಿಟ್ಟಿಕೊಂಡಿದ್ದ, ಕೋಟು ಮತ್ತು ಪೈಜಾಮ ವೇಷಧಾರಿಯಾಗಿ ಗೇಟಿನ ಬಳಿ ನಡೆದುಕೊಂಡು ಬಂದ, ಅಲ್ಲಿ ನಿಂತ್ತಿದ್ದ ಪೊಲೀಸರಿಗೆ ಅಷ್ಫಾಕ್ ನ ಛಾಯೆ ಗುರುತು ಸಿಗಲಿಲ್ಲ,

ಟಿಕೆಟ್ ಕಲೆಕ್ಟರ್ ಟಿಕೆಟ್ ಕೇಳಿದಾಗ ಧೈರ್ಯದಿಂದಲೇ ಅಷ್ಫಾಕ್ ಅವರಿಗೆ ಟಿಕೆಟ್ ನೀಡಿ ಮುನ್ನಡೆದಿದ್ದ.

ಅಂದು ಅವನು ತನ್ನ ಅಣ್ಣ ರಿಯಾಸತ್ ಉಲ್ಲಾ ನನ್ನು ಭೇಟಿಯಾದ, ಅವರು ಒಬ್ಬಬ್ಬರನ್ನೊಬ್ಬರು ನೋಡಿದ ಕ್ಷಣ ತಬ್ಬಿಕೊಂಡು ಇಬ್ಬರ ಕಣ್ಣುಗಳು ತುಂಬಿ ಬಂದಿದ್ದವು.

ಅಲ್ಲಿಂದ ಅವನು ರಾತ್ರಿಯ 11 ಗಂಟೆ ರೈಲು ಹಿಡಿದು ಬಿಹಾರಕ್ಕೆ ಹೊರಟನು, ಅವನು ಹೋದ ನಂತರ ಮನೆಯ ಅಕ್ಕ ಪಕ್ಕದವರೆಲ್ಲರೂ ಅಷ್ಫಾಕ್ ಬಂದಿದ್ದನಂತೆ ಎಂದು ಮಾತನಾಡಲು ಆರಂಭಿಸಿದ್ದರು, ಇದನ್ನು ಕೇಳಿದ ಪೊಲೀಸರು ಮತ್ತೆ ನಮ್ಮ ಮನೆಯನ್ನು ಹುಡುಕಿದರು, ಏನೂ ಸಿಗದಿದ್ದಾಗ ನಿರಾಸೆಯಿಂದ ಅಲ್ಲಿಂದ ಹೊರಟರು.

ಡಿಸೆಂಬರ್ 25 ರಂದು ಎಕಾ ಏಕಿ ರಾತ್ರಿಯ ಹೊತ್ತಿನಲ್ಲಿ ಪೊಲೀಸರು ನಮ್ಮ ಮನೆಯ ಮುಂದೆ ಬಂದಿದ್ದರು, ಇನ್ಸ್ ಪೆಕ್ಟರ್ ಪ್ರಭುದಯಾಳ್ ಕಾನಿಸ್ಟೇಬಲ್ ಗಳೊಡನೆ ರಾತ್ರಿ ಸುಮಾರು 12 ಗಂಟೆಯಲ್ಲಿ ಬಾಗಿಲು ತಟ್ಟಿದರು, ಅವರೆಲ್ಲರೂ ಪೊಲೀಸ್ ಠಾಣೆಯ ಮುಂದೆ ಇರುವ ಹೋಟೆಲ್ನಲ್ಲಿ ಕಂಠ ಪೂರ್ತಿ ಕುಡಿದು ಬಂದಿದ್ದರು, ನಾನು ಅವರನ್ನು ಒಳಗೆ ಬಿಡಲಿಲ್ಲ, ಅದಕ್ಕಾಗಿ ಅವರು ನಾವು ದಸ್ತಗಿರಿ ಮಾಡಲು ಬಂದಿದ್ದೇವೆ ಎಂದರು, ಅದಕ್ಕೆ ನಾನು ನೀವು ಈ ಸಮಯದಲ್ಲಿ ಬಂದಿರುವುದು ತಪ್ಪು, ಬೆಳಗ್ಗೆ ಬನ್ನಿ ಎಂದು ಹೇಳಿದೆ, ಆದರೆ ಅವರು ಕೋಪದಿಂದ ಯಾವಾಗ ಬರಬೇಕೆಂದು ನಿನ್ನ ಹತ್ತಿರ ಹೇಳಿಸಿಕೊಳ್ಳಬೇಕಾಗಿಲ್ಲ ಎಂದು ಸೀದಾ ಮನೆಯ ಒಳಗೆ ನುಗ್ಗಿದರು.

ನನಗೆ ಬಹಳ ಕೋಪ ಬಂದಿತು, ಆದರೆ ಅವರ ಬಳಿ ರಿವಾಲ್ವಾರ್ ಇತ್ತು, ಆದ್ದರಿಂದ ಸುಮ್ಮನಾದೆ, ನನ್ನ ಮಗ ಮತ್ತು ಮಗಳು ಹಾಸಿಗೆಯ ಮೇಲೆ ಮಲಗಿದ್ದರು, ನಾನು ಆ ರಾತ್ರಿಯಲ್ಲಿ ಹೆಂಡತಿ ಮತ್ತು ಮಕ್ಕಳನ್ನು ಪಕ್ಕದ ಮನೆಯಲ್ಲಿ ಹೋಗಿ ಮಲಗುವಂತೆ ಹೇಳಿದೆ, ಪಾಪ ಪಕ್ಕದ ಮನೆಯವರಿಗೆ ನಮ್ಮ ಕಷ್ಟದ ಅರಿವಾಗಿ ಒಪ್ಪಿಕೊಂಡರು ಹಾಗೂ ಪೊಲೀಸರಿಗೆ ಹಾಸಿಗೆ ದಿಂಬನ್ನು ಕೊಟ್ಟು ಕಳಿಸಿದ್ದರು. ನಂತರ ಬೆಳಗ್ಗೆ ಎದ್ದು ಪೊಲೀಸರು ನನ್ನ ಬಟ್ಟೆಗಳು ಇದ್ದ ಒಂದು ಪೆಟ್ಟಿಗೆಯನ್ನು ಎತ್ತಿ ಕೊಂಡು

ಹೋದರು, ಅದು ಅಷ್ಫಾಕ್ ಗೆ ಸೇರಿದ್ದಲ್ಲಾ ಎಂದರೂ ಅವರು ನನ್ನ ಮಾತು ಕೇಳಲಿಲ್ಲ. ಈ ರೀತಿ ಅಷ್ಫಾಕ್ ಪೊಲೀಸರಿಗೆ ಸಿಗದಂತೆ ನಾಪತ್ತೆಯಾಗಿದ್ದನು, ಅದೇ ರೀತಿ ಚಂದ್ರಶೇಖರ್ ಅಜಾದ್ ಕೂಡ ಪೊಲೀಸರಿಗೆ ಸಿಕ್ಕಿರಲಿಲ್ಲ.

8. ಗಣೇಶ್ ಶಂಕರ್ ವಿಧ್ಯಾರ್ಥಿಯೊಡನೆ ಒಡನಾಟ

ತಮ್ಮ ಕ್ರಾಂತಿಕಾರಿ ದಳದ ಎಲ್ಲ ಸದಸ್ಯರನ್ನು ಪೊಲೀಸರು ಬಂದಿಸಿದ್ದಾರೆಂದು ತಿಳಿದು ಅಷ್ಫಾಕ್ ಬಹಳ ನೊಂದುಕೊಂಡಿದ್ದ,ಈ ರೀತಿ

ಗಣೇಶ್ ಶಂಕರ್ ವಿಧ್ಯಾರ್ಥಿ

ಮನೆಗಳಿಗೆ ನುಗ್ಗಿ ಅವರನ್ನು ಬಂದಿಸುತ್ತಿದ್ದಾರೆಂದರೆ ಯಾರೋ ನಮ್ಮವರೇ ಪೊಲೀಸರಿಗೆ ಮಾಹಿತಿ ನೀಡುತ್ತಿದ್ದರೆಂದು ಭಾವಿಸಿದ್ದ, ರಾಮ್ ಪ್ರಸಾದ್ ಬಿಸ್ಮಿಲ್ಲರನ್ನು ಬಂಧಿಸಿದ ಸುದ್ದಿಯಂತೂ ಅಷ್ಫಾಕ್ ಗೆ ನುಂಗಲಾರದ ತುತ್ತಾಗಿತ್ತು, ಆದರೆ ಅದರಿಂದ ದೃತಿಗೆಡದೆ ಅವನು ಊರಿಂದ ಊರಿಗೆ ಅಲೆದಾಡುತ್ತ ಕೊನೆಗೆ ಜಾರ್ಖಂಡಿನ ಡಾಲ್ಟ್ಯಾನ್ ಗಂಜ್ ತಲುಪಿದ್ದ. ಅಲ್ಲಿ ಒಂದು ಗುಪ್ತ ಹೆಸರಿನಿಂದ ಜೀವನ ನಡೆಸುತ್ತಿದ್ದ.

ಡಾಲ್ಟ್ಯಾನ್ ಗಂಜ್ ನಲ್ಲಿ ಯಾವುದೇ ಕ್ರಾಂತಿಕಾರಿ ಚಟುವಟಿಕೆಗಳು ನಡೆಯುತ್ತಿರಲಿಲ್ಲ, ಆದ್ದರಿಂದ ಅಲ್ಲಿ ಪೊಲೀಸರ ಆಗಮನ ಬಹಳ ವಿರಳವಾಗಿತ್ತು, ಆ ಕಾರಣದಿಂದ ಅಷ್ಫಾಕ್ ಯಾವುದೇ ಚಿಂತೆಯಿಲ್ಲದಂತೆ ಅಲ್ಲಿ ಜೀವನ ನಡೆಸುತ್ತಿದ್ದ, ಆದರೆ ಅದಕ್ಕೆ ಅಷ್ಫಾಕನ ಅಂತರಾತ್ಮ ಒಪ್ಪಲಿಲ್ಲ, ಅವನಿಗೆ ಈ ರೀತಿ ಜೀವನ ದೂಡುವುದು ಇಷ್ಟವಿರಲಿಲ್ಲ, ಅವನು ಈ ಮಣ್ಣಿನ ಮಗನಾಗಿದ್ದ, ಈ ದೇಶಕ್ಕಾಗಿ ಏನಾದರೂ ಮಾಡಲೇಬೇಕೆಂಬ ಪಣ ತೊಟ್ಟಿದ್ದ ಯುವಕನಾಗಿದ್ದ, ಆದ್ದರಿಂದ ಅವನು ಡಾಲ್ಟ್ಯಾನ್ ಗಂಜ್ ತೊರೆದು ಕಾನ್ಪುರಕ್ಕೆ ಬಂದು ಗಣೇಶ್ ಶಂಕರ್ ವಿಧ್ಯಾರ್ಥಿಯವರನ್ನು

ಭೇಟಿಯಾಗಿದ್ದ. ಗಣೇಶ್ ಶಂಕರ್ ವಿದ್ಯಾರ್ಥಿಯವರಿಗೆ ಅಷ್ಫಾಕನೊಡನೆ ಒಂದು ಅವಿನಾಭಾವ ಸ್ನೇಹವಿತ್ತು.

ಇದರ ಬಗ್ಗೆ ಅಣ್ಣ ರಿಯಾಸತ್ ಉಲ್ಲಾ ಖಾನ್ ಈ ರೀತಿ ವಿವರಿಸುತ್ತಾರೆ--

ಅಷ್ಫಾಕನಿಗೆ ಗಣೇಶ್ ಶಂಕರ್ ವಿಧ್ಯಾರ್ಥಿಯರನ್ನು ಕಂಡರೆ ಬಹಳ ಗೌರವವಿತ್ತು, ಅಷ್ಫಾಕ್ ನೇಪಾಳದಿಂದ ಭಾರತಕ್ಕೆ ಬಂದ ನಂತರ ಅವನು ಬಹಳ ಬಳಲಿದ್ದ, ಅವನು ಡಾಳ್ಟ್ಯಾನ್ ಗಂಜ್ ನಿಂದ ಸೀದಾ ಕಾನ್ಪುರದ ಗಣೇಶ್ ಶಂಕರ್ ವಿಧ್ಯಾರ್ಥಿಯವರ ಮನೆಗೆ ಬಂದ, ಅವನನ್ನು ಕಂಡ ತಕ್ಷಣ ಅವರ ಕಣ್ಣುಗಳು ತುಂಬಿ ಬಂದಿದ್ದವು, ಅವನಿಗೆ ಹಣವನ್ನು ನೀಡಿ ಬನಾರಸ್ಸಿನ ತಮ್ಮ ಪಕ್ಷದ ಕಾರ್ಯಕರ್ತರು ಇರುವ ಕಡೆಗೆ ಕಳಿಸಿದರು, ಅಲ್ಲಿ ಅಷ್ಫಾಕ್ ಒಂದು ಗುಪ್ತ ಹೆಸರಿನಲ್ಲಿ ಕಬ್ಬಿಣದ ಕಾರ್ಖಾನೆಗೆ ಸೇರಿಕೊಂಡನು, ಸುಮಾರು ಎಂಟು ತಿಂಗಳುಗಳ ಕಾಲ ಅದೇ ಕಾರ್ಖಾನೆಯಲ್ಲಿ ದುಡಿದ ಅಷ್ಫಾಕ್ ಮತ್ತೆ ಕಾನ್ಪುರಕ್ಕೆ ಬರಲು ನಿರ್ಧರಿಸಿದ, ಮತ್ತೆ ಕಾನ್ಪುರಕ್ಕೆ ಬಂದ ಅವನನ್ನು ವಿದ್ಯಾರ್ಥಿ ಸಾಹೇಬರು ತಮ್ಮ ಸ್ನೇಹಿತ ಅಕ್ಬರನ ಮನೆಯಲ್ಲಿ ಉಳಿಸಿದ್ದರು, ಎರಡು ದಿನಗಳ ಕಾಲ ಅಲ್ಲಿದ್ದ ಅಷ್ಫಾಕನಿಗೆ 200 ರೂಪಾಯಿ ನೀಡಿ ಭೂಪಾಲಕ್ಕೆ ಕಳಿಸಿದರು.

ಭೋಪಾದಲ್ಲಿ ಅಷ್ಫಾಕ್ ತನ್ನ ಸಂಭಂಧಿ ಶಂಶಾದ್ ಉಲ್ಲಾ ಖಾನ್ ಮನೆಯಲ್ಲಿ ಎರಡು ತಿಂಗಳು ಕಳೆದಿದ್ದ, ಎಷ್ಟೇ ಬಲವಂತ ಮಾಡಿದರೂ ಅಷ್ಫಾಕ್ ಭೋಪಾಲದಲ್ಲಿ ಉಳಿಯಲಿಲ್ಲ, ಅಣ್ಣಾ ನಾನು ಭೋಪಾಲದಲ್ಲಿ ಇದ್ದು ಮಾಡುವುದಾದರೂ ಏನು, ನಾನು ಹುಟ್ಟಿರುವುದು ಸುಮ್ಮನೆ ಈ ರೀತಿ ಅಡಗಿಕೊಂಡು ಕೂರುವುದಕ್ಕಲ್ಲ, ದೇಶ ಸೇವೆಗಾಗಿ ಎಂದು ಹೇಳಿ ಅಲ್ಲಿಂದ ಹೊರಟು ನೇರವಾಗಿ ದೆಹಲಿಗೆ ಬಂದ. ದೆಹಲಿಗೆ ಬಂದು ಯಾರ ಮನೆಗೆ

ಹೋಗೋಣ ಎಂದು ಯೋಚನೆ ಮಾಡುವಾಗ ಅವನಿಗೆ ತನ್ನ ಸ್ನೇಹಿತ ಸಯ್ಯದ್ ಅಹ್ಮದನ ನೆನಪು ಬಂದಿತ್ತು, ಸಯ್ಯದ್ ಷಹಜಹಾನ್ಪುರದಲ್ಲಿ ಹುಟ್ಟಿ ಬೆಳೆದಿದ್ದ, ಹಾಗೂ ಅಷ್ಫಾಕನೊಡನೆ ಅವನಿಗೆ ಒಂದು ಸೋದರ ವಾತ್ಸಲ್ಯವಿತ್ತು. ನಂತರ ಸಯ್ಯದ್ ಮನೆಯವರು ದೆಹಲಿಗೆ ಬಂದು ನೆಲೆಸಿದ್ದರು.

ಸಯ್ಯದ್ ಅಹ್ಮದನ ಮನೆಗೆ ಬರುವ ಮೊದಲು ಅಷ್ಫಾಕ್ ಮಾಸ್ಕೊಗೆ ಪರಾರಿಯಾಗಲು ಯತ್ನಿಸಿದ್ದ, ಆದರೆ ಅದೇ ಸಮಯದಲ್ಲಿ ಹಲವು ಬಂಗಾಳಿ ಕ್ರಾಂತಿಕಾರಿಗಳು ಮಾಸ್ಕೋದ ಪ್ರೊಪೋಗೆಂಡ ಕಾಲೇಜಿನಲ್ಲಿ ನೋಂದಾಯಿಸಿಕೊಂಡಿದ್ದರು, ಅವರೆಲ್ಲರನ್ನೂ ಮಾಸ್ಕೋ ಸರ್ಕಾರ ಬ್ರಿಟಿಷರಿಗೆ ಹಿಡಿದು ಕೊಟ್ಟಿತ್ತು, ಆ ಎಲ್ಲಾ ಕ್ರಾಂತಿಕಾರಿಗಳಿಗೆ ಬ್ರಿಟಿಷ್ ಸರ್ಕಾರ ಜೀವಾವಧಿ ಶಿಕ್ಷೆ ನೀಡಿತ್ತು.

ಆದ್ದರಿಂದ ಅವನು ಮಾಸ್ಕೋಗೆ ಹೋಗುವ ನಿರ್ಧಾರ ಕೈ ಬಿಟ್ಟು ಸ್ನೇಹಿತ ಸಯ್ಯದ್ ಅಹ್ಮದನ ಮನೆಗೆ ಬಂದನು. ಸಯ್ಯದ್ ಅಹ್ಮದನ ತಂದೆ ಸಯ್ಯದ್ ಮುಸ್ತಾಕ್ ಅಹ್ಮದ್ ಬ್ರಿಟಿಷ್ ವೈಸ್ ರಾಯ್ ಕಚೇರಿಯಲ್ಲಿ ಕೆಲಸ ಮಾಡುತ್ತಿದ್ದರು, ಅವರು ತನ್ನ ಮಗ ಸಯ್ಯದ್ ಅಹ್ಮದನನ್ನು ಕರೆದು ಅಷ್ಫಾಕನನ್ನು ಬ್ರಿಟಿಷ್ ಸರ್ಕಾರಕ್ಕೆ ಹಿಡಿದು ಕೊಡು, ಅದರಿಂದ ನಿನ್ನ ಎಲ್ಲಾ ಹಳೆಯ ಕೇಸುಗಳು ಮುಚ್ಚಿ ಹೋಗುತ್ತವೆ, ನಿನಗೆ ಒಳ್ಳೆ ಮೊತ್ತದ ಬಹುಮಾನ ಸಿಗುವುದರ ಜೊತೆಗೆ ಒಂದು ಸರ್ಕಾರಿ ನೌಕರಿ ಕೂಡ ದೊರೆಯುತ್ತದೆ ಎಂದು ಅವನ ಕಿವಿ ಚುಚ್ಚಿದ್ದರು,, ಆದರೆ ಸಯ್ಯದ್, ಅಷ್ಫಾಕ್ ನನ್ನ ಜೀವದ ಗೆಳಯ, ಅವನು ನಮ್ಮ ದೇಶಕ್ಕಾಗಿ ಹೋರಾಡುತ್ತಿರುವ ಕ್ರಾಂತಿಕಾರಿ, ಅವನನ್ನು ಹಿಡಿದುಕೊಟ್ಟರೆ ಅಲ್ಲಾ (ಭಗವಂತ) ಖಂಡಿತಾ ನಮ್ಮನ್ನು ಕ್ಷಮಿಸುವುದಿಲ್ಲ ಎಂದು ತನ್ನ ತಂದೆಗೆ ಬುದ್ದಿ ಹೇಳಿದ್ದ.

ತನ್ನ ತಂದೆಗೆ ಬೈದು ಬುದ್ಧಿ ಹೇಳಿದ ಸ್ವಲ್ಪ ದಿನದಲ್ಲೇ ಸಯ್ಯದ್ ಅಹ್ಮದನ ತಲೆಗೆ ಯಾವ ಯೋಚನೆ ಹೊಳೆದಿತ್ತೋ, ಒಂದು ದಿನ ಅಷ್ಫಾಕನನ್ನು ರಷ್ಯಾಗೆ ಕಳಿಹಿಸುವುದಾಗಿ ಹೇಳಿ ಮನೆಯಿಂದ ಕರೆದುಕೊಂಡು ಬಂದು ಪೊಲೀಸರಿಗೆ ಹಿಡಿದುಕೊಟ್ಟಿದ್ದ, ಕಾಕೋರಿಯ ಮೊಕದ್ದಮೆ ಇನ್ನೂ ಲಖನೌನಲ್ಲಿ ನಡೆಯುತ್ತಿದ್ದ ಕಾರಣದಿಂದ ಅಷ್ಫಾಕನನ್ನು ಪೊಲೀಸರು ಲಖನೌ ಜೈಲಿಗೆ ಕಳಿಸಿದ್ದರು. ಅವನು ಜೈಲು ಸೇರಿದ ಕೆಲ ದಿನಗಳಲ್ಲೇ ರಾಮ್ ಪ್ರಸಾದ್ ಬಿಸ್ಮಿಲ್ಲರಿಗೆ ಮರಣದಂಡನೆ ಎಂಬ ಶಿಕ್ಷೆ ಪ್ರಕವಾಯಿತು, ನಂತರ ಮುಂದೊಂದು ದಿನ ಅಷ್ಫಾಕನಿಗೂ ಕೂಡ ಮರಣದಂಡನೆಯಾಯಿತು, ನ್ಯಾಯಾಧೀಶರಿಂದ ತೀರ್ಪು ಪ್ರಕವಾಗುತ್ತಿದ್ದಂತೆ ಅಷ್ಫಾಕ್ ನ್ಯಾಯದೇಶರಿಗೆ ಧನ್ಯವಾದಗಳನ್ನು ತಿಳಿಸಿ, ನೀವು ನನಗೆ ತಕ್ಕನಾದ ಶಿಕ್ಷೆಯನ್ನೇ ಕೊಟ್ಟಿದ್ದೀರ, ನನಗೆ ಕಡಿಮೆ ಮಟ್ಟದ ಸಜೆಯನ್ನೇನಾದರೂ ನೀಡಿದ್ದರೆ ನನಗೆ ತುಂಬಾ ನೋವಾಗುತ್ತಿತ್ತು, ನನ್ನ ಕ್ರಾಂತಿಕಾರಿ ಚಟುವಟಿಕೆ ಮತ್ತು ನಾನು ಮಾಡಿದ ಕೆಲಸದಿಂದ ಮರಣದಂಡನೆ ನೀಡಿದ್ದು ಸಮರ್ಪಕವಾಗಿದೆ, ನನು ಸತ್ತರೆ ದೇಶಕ್ಕಾಗಿಯೇ ಸಾಯಬೇಕು ಎಂದು ತೀರ್ಮಾನಿಸಿದ್ದೆ, ಇಂದು ನನ್ನ ಆಸೆ ಫಲಿಸಿದೆ ಎಂದನು.

ಲಾಲಾ ಲಜಪತ್ ರಾಯ್

ತೀರ್ಪಿನ ನಂತರ ಮನೆಯವರ ಒತ್ತಾಯದ ಮೇರೆಗೆ ಚೇಫ್ ನ್ಯಾಯಾಲಯದಲ್ಲಿ ತೀರ್ಪಿನ ವಿರುದ್ಧ ಅಪೀಲ್ ಮಾಡಿದನು. ಅಲ್ಲೂ ಕೂಡ ಅವನಿಗೆ ಮರಣ ದಂಡನೆಯ ತೀರ್ಪು ದೊರಕಿತ್ತು. ನಂತರ ಅಷ್ಫಾಕನ ಅಣ್ಣ ಉತ್ತರ ಪ್ರದೇಶದ ವಿಧಾನಸಭೆಯ ಸದಸ್ಯರೆಲ್ಲರಿಂದಲೂ ಅಷ್ಫಾಕನ

ಮರಣದಂಡೆಯ ತೀರ್ಪು ಹಿಂಪಡೆಯಬೇಂದು ಸಹಿ ಹಾಕಿಸಿಕೊಂಡು ವೈಸ್
ರಾಯ್ ಬಳಿ ಕೇಳಿಕೊಂಡಿದ್ದರು, ಆದರೆ ವೈಸ್ ರಾಯ್ ಅದಕ್ಕೆ ಒಪ್ಪಲಿಲ್ಲ,
ನಂತರ ಅಣ್ಣಾ ರಿಯಾಸತ್ ಉಲ್ಲಾ ದೆಹಲಿಯ ವಿಧಾನ ಸಭೆಯ ಮುಂದೆ
ನಿಂತು ಎಲ್ಲಾ 85 ಸದಸ್ಯರಿಂದ ಸಹಿ ಹಾಕಿಸಿ, ವಿಧಾನ ಸಭೆಯ
ಪ್ರಮುಖರಾದ ಲಾಲಾ ಲಜಪತ್ ರಾಯ್, ಮದನ್ ಮೋಹನ್ ಮಾಳವಿಯ,
ಸರ್ ನವಾಬ್ ಅಲಿ ಖಾನ್ ಮತ್ತು ಸರ್ ಯಾಕುಬ್ ಅವರೊಡನೆ ವೈಸ್
ರಾಯ್ ಸಾಹೇಬರ ಕಚೇರಿ ಮುಂದೆ ಬಂದನು, ಅಲ್ಲಿ ಅಣ್ಣಾ ರಿಯಾಸತ್
ಉಲ್ಲಾನನ್ನು ಹೊರಗಡೆ ನಿಲ್ಲಿಸಿ ವಿಧಾನಸಭೆಯ ಸದಸ್ಯರು ಮಾತ್ರ ಒಳಗಡೆ
ಹೋಗಿ ನಗು ನಗುತ್ತಾ ಹೊರಗೆ ಬಂದರು, ಇವರ ಬಲವಂತಕ್ಕೆ ವೈಸ್
ರಾಯ್ ಮರಣದಂಡನೆಯ ಶಿಕ್ಷೆಯನ್ನು ತಡೆಯುವುದಾಗಿ ಹೇಳಿ ಕಳಿಸಿದ್ದರು,
ಅವರು ಹೊರಬಂದು ರಿಯಾಸತ್ ಬಳಿ ಅಷ್ಫಾಕನಿಗೆ ಐದರಿಂದ ಆರು
ವರ್ಷಗಳ ಕಾಲ ಸಾಧಾರಣ ಶಿಕ್ಷೆಯಾಗಲಿದೆ ಎಂದು ತಿಳಿಸಿದರು, ಅದನ್ನು
ಕೇಳಿ ರಿಯಾಸತ್ ಉಲ್ಲಾ ನಿರಾಳನಾಗಿಷಹಜಹಾನ್ಪುರಕ್ಕೆ ಹಿಂತಿರುಗಿದರು.

<u>ನಂತರ ನಡೆದ ಸನ್ನಿವೇಶವನ್ನು ರಿಯಾಸತ್ ಉಲ್ಲಾ ಈ ರೀತಿ</u>
<u>ವಿವರಿಸಿದ್ದಾರೆ-</u>

ಅಷ್ಫಾಕನಿಗೆ ಮರಣದಂಡನೆ ಆಗುವುದಿಲ್ಲ ಎಂದು ಷಹಜಹಾನ್ಪುರಕ್ಕೆ
ಹಿಂದಿರುಗಿದ ಹದಿನೈದು ದಿನಗಳಲ್ಲಿ ವೈಸ್ ರಾಯ್ ಕಚೇರಿಯಲ್ಲಿ ಕೆಲಸ
ಮಾಡುವ ಸ್ನೇಹಿತನೊಬ್ಬ ನನ್ನ ಮನೆಯ ಮುಂದೆ ಬಂದಿದ್ದ, ಅವನು ನನ್ನ
ಬಳಿ ಬಂದು ನಿಮ್ಮ ಪ್ರಾರ್ಥನೆಯೆಲ್ಲಾ ವ್ಯರ್ಥವಾಗಿದೆ, ಅಷ್ಫಾಕನಿಗೆ
ಮರಣದಂಡನೆಯನ್ನು ಸರ್ಕಾರ ಖಾಯಂಗೊಳಿಸಿದೆ, ವೈಸ್ ರಾಯ್
ನೀಡಿದ್ದ ಮರಣದಂಡನೆಯ ತಡೆಯಾಜ್ಞೆಯನ್ನು ಉತ್ತರ ಪ್ರದೇಶದ
ಗವರ್ನರ್ ನಿರಾಕರಿಸಿ, ಈಗ ಅಷ್ಫಾಕನನ್ನು ಶಿಕ್ಷಿಸದೆ ಬಿಟ್ಟರೆ ಮುಂದೆ ಈ
ತರಹದ ನೂರು ಜನ ಅಷ್ಫಾಕರು ಬರುತ್ತಾರೆ, ಅದರ ಪರಿಣಾಮವನ್ನು

ಸರ್ಕಾರವೇ ಎದುರಿಸಬೇಕಾಗುತ್ತದೆ ಎಂದು ಹೇಳಿ ಮರಣ ದಂಡನೆಯನ್ನು ಖಾಯಂಗೊಳಿಸಿದೆ ಎಂದು ತಿಳಿಸಿದ.

ಇದಾದ ನಂತರ ಒಮ್ಮೆ ಅಷ್ಫಾಕನನ್ನು ನೋಡಲು ಜೈಲಿಗೆ ಹೋಗಿದ್ದಾಗ ಅವನು ನನಗೆ ಗಣೇಶ್ ಶಂಕರ ವಿಧ್ಯಾರ್ಥಿಯವರನ್ನು ಭೇಟಿಯಾಗಲು ತಿಳಿಸಿದ, ಅವನ ಮಾತಿನಂತೆ ಮರುದಿನ ಬೆಳಗ್ಗೆ ಗಣೇಶ್ ಶಂಕರ್ ವಿಧ್ಯಾರ್ಥಿಯವರ ಮನೆಯ ಬಳಿ ಹೋದಾಗ ಅವರಿಗೆ ಆರೋಗ್ಯದ ಸಮಸ್ಯೆ ಎದುರಾಗಿದೆ ಎಂದು ತಿಳಿಯಿತು, ಅವರ ಮನೆಯ ಬಾಗಿಲಿನ ಮುಂದೆ ನಿಂತು ಅವರನ್ನು ಕರೆದ ನನ್ನನ್ನು ನೋಡಿದ ಗಣೇಶ್ ಶಂಕರ್ ವಿಧ್ಯಾರ್ಥಿಯವರು ನನ್ನನ್ನು ಒಳಗೆ ಕರೆದು ಕೂರಿಸಿದರು, ಅಷ್ಫಾಕನಿಗೆ ಮರಣದಂಡನೆಯಾಗಿದ್ದನ್ನು ನೆನೆದು ಬಹಳ ದುಃಖ ಪಟ್ಟರು, ಅವರು ನನಗೆ ಹೆದರಬೇಡ ಪೀರ್ವಿ ಕೌನ್ಸಿಲಿನಲ್ಲಿ ಇದರ ವಿರುದ್ಧ ಅಪೀಲ್ ಮಾಡೋಣ ಎಂದು ನಾಳೆ ಹೋಗಿ ನ್ಯಾಯಾಲಯದಲ್ಲಿ ವಕೀಲ ಕೃಪಾ ಶಂಕರ್ ಹಜಿಲರವರನ್ನು ಭೇಟಿಯಾಗುವಂತೆ ಹೇಳಿ, ಈಗ ಮನೆಗೆ ಹೊರಡಿ, ನಾನು ಹಣವನ್ನು ನಿಮ್ಮ ಮನೆಗೆ ಕಳುಹಿಸುತ್ತೇನೆ ಎಂದು ಹೇಳಿದರು, ನಾನು ಅಲ್ಲಿಂದ ನೇರವಾಗಿ ಮನೆಗೆ ಬಂದೆ, ಮರುದಿನ ಬೆಳಗ್ಗೆ ವಕೀಲ ಕೃಪಾ ಶಂಕರ್ ಹಜಿಲರವರನ್ನು ಭೇಟಿಯಾಗಿ ಅವರಿಗೆ ಐವತ್ತು ಪೌಂಡು ಹಣವನ್ನು ಕೊಟ್ಟು, ಸರ್ಕಾರಕ್ಕೆ ಕಟ್ಟಿ ಪ್ರೈರ್ವಿ ಕೌನ್ಸಿಲಿನಲ್ಲಿ ಅಪೀಲ್ ಸಲ್ಲಿಸುವಂತೆ ಹೇಳಿ ಬಂದೆ, ಇದಾದ ಎರಡು ದಿನಗಳ ಬಳಿಕ ಗಣೇಶ್ ಶಂಕರ್ ವಿಧ್ಯಾರ್ಥಿಯವರ ಹುಡುಗನೊಬ್ಬ ನಮ್ಮ ಮನೆಗೆ ಬಂದು ಒಂದು ಹಣದ ಕವರನ್ನು ಕೊಟ್ಟು ಹೋದ, ಅದನ್ನು ತೆರೆದು ನೋಡಿದಾಗ ಅದರಲ್ಲಿ ಒಂದು ಇನ್ನೂರು ರೂಪಾಯಿಗಳಿದ್ದವು, ಆದರೆ ಸರ್ಕಾರಕ್ಕೆ ಆಗಾಗಲೇ ಹಣ ಕಟ್ಟಿದಾಗಿತ್ತು, ಆದ್ದರಿಂದ ಗಣೇಶರವರಿಗೆ ನನ್ನ ಧನ್ಯವಾದಗಳನ್ನು ತಿಳಿಸಿ ಹಣದ ಅಗತ್ಯ ಈಗ ಇಲ್ಲ ಎಂದು ಹೇಳಿ ಅದನ್ನು ಹಿಂದಿರುಗಿಸಿದೆ.

೯. ಸೆರೆಯಾದ ಅಷ್ಫಾಕ್

ಅಷ್ಫಾಕ್ ಆಗಿನ್ನೂ ಸಿಕ್ಕಿರಲಿಲ್ಲ, ಆಗ ಪೊಲೀಸರು ಷಹಜಹಾನ್ಪುರದ ಸುತ್ತ ಮುತ್ತ ಹುಡುಕುತ್ತಿದ್ದರಾದರು ಯಾರಿಗೆ ಕೂಡ ಅವನನ್ನು ಕಂಡು ಹಿಡಿಯಲು ಆಗಲಿಲ್ಲ, ಕೆಲವೊಂದು ಬಾರಿ ಪೊಲೀಸರು ಬೇರೆ ಬೇರೆ ವೇಷಗಳಲ್ಲಿ ನಮ್ಮ ಮನೆಗೆ ಬಂದು ಅಷ್ಫಾಕ್ ಇದ್ದಾನೆಯೇ ಎಂದು ನೋಡುತ್ತಿದ್ದರು, ಆದರೆ ಅವರ್ಯಾರಿಗೂ ಅಷ್ಫಾಕನ ಸುಳಿವು ಸಿಕ್ಕಿರಲಿಲ್ಲ. ಅಷ್ಫಾಕನನ್ನು ಹಿಡಿದು ಕೊಟ್ಟವರಿಗೆ ಭಾರಿ ಮೊತ್ತದ ಬಹುಮಾನ ನೀಡುವುದಾಗಿ ಬ್ರಿಟಿಷ್ ಸರ್ಕಾರ ಘೋಷಿಸಿತ್ತು, ಆ ಹಣ ಅಷ್ಫಾಕನ ಸ್ನೇಹಿತ ಸಯ್ಯದ್ ಅಹ್ಮದನ ತಲೆ ಕೆಡಿಸಿತ್ತು, ಆ ನಂಬಿಕೆ ದ್ರೋಹಿ ತನ್ನ ವಿಶ್ವಾಸಘಾತಕ ಬುದ್ಧಿಯನ್ನು ತೋರಿಸಿ ಅಷ್ಫಾಕನನ್ನು ಬ್ರಿಟಿಷರಿಗೆ ಹಿಡಿದುಕೊಟ್ಟಿದ್ದ.

ತನ್ನ ಸ್ನೇಹಿತನಿಂದ ಅಷ್ಫಾಕನ ಅಣ್ಣ ರಿಯಾಸತ್ ಉಲ್ಲಾನಿಗೆ ಅಷ್ಫಾಕನ ಬಂಧನದ ಸುದ್ದಿ ಬಂದಿತ್ತು,

ಅಂದು ನಡೆದ ಘಟನೆಯನ್ನು ರಿಯಾಸತ್ ಉಲ್ಲಾ ಈ ರೀತಿ ವಿವರಿಸಿದ್ದಾರೆ-

ಅಷ್ಫಾಕನ ಬಂಧನದ ಸುದ್ದಿಯನ್ನು ಕೇಳಿದ ಕೂಡಲೇ ನಾನು ದೆಹಲಿಗೆ ದೌಡಾಯಿಸಿದೆ. ದೆಹಲಿಗೆ ಬಂದ ನಂತರ ಅಷ್ಫಾಕನನ್ನು ನೋಡಲು ಬಹಳ ಕಷ್ಟ ಪಡಬೇಕಾಯಿತು, ದೆಹಲಿಗೆ ಬಂದು ನಾನು ಮೊದಲು ವಕೀಲರನ್ನು ಭೇಟಿಮಾಡಿ ಅಷ್ಫಾಕನನ್ನು ಭೇಟಿಯಾಗಬೇಕು ಎಂದು ಕೇಳಿಕೊಂಡೆ, ಅದಕ್ಕೆ ಅವರು ಜೈಲಿನ ಅಧಿಕಾರಿಗೆ ಕರೆ ಮಾಡಿ ಕೇಳಿದಾಗ ಅವರು ನನ್ನನ್ನು ಮೂರು ಗಂಟೆಗೆ ಕಳುಹಿಸುವಂತೆ ಹೇಳಿದರು, ಅದನ್ನು ಕೇಳಿ ನಾನು ಜೈಲಿನತ್ತ ನಡೆದೆ. ಮೂರು ಗಂಟೆಗೆ ಜೈಲಿಗೆ ಬಂದಾಗ ಜೈಲಿನ

ಅಧಿಕಾರಿಯೊಬ್ಬರು ಯಾರು ನೀವು ಎಂದು ಕೇಳಿದರು, ಅದಕ್ಕೆ ನಾನು ಅಷ್ಫಾಕನ ಅಣ್ಣ ರಿಯಾಸತ್ ಅಷ್ಫಾಕನನ್ನು ಭೇಟಿಯಾಗಲು ನೀವು ಮೂರು ಗಂಟೆಗೆ ಬರಲು ತಿಳಿಸಿದಿರಿ ಎಂದ, ಅದಕ್ಕೆ ಅವರು ವೀಕ್ಷಣಾ ಪತ್ರವನ್ನು ಬರೆದುಕೊಡುವಂತೆ ಕೇಳಿದರು, ವೀಕ್ಷಣಾ ಪತ್ರವನ್ನು ಬರೆದು ಕೊಟ್ಟು ಅಷ್ಫಾಕನನ್ನು ನೋಡಲು ಸರತಿಯಲ್ಲಿ ನಿಂತುಕೊಂಡೆ.

ಅಷ್ಫಾಕನನ್ನು ನೋಡಿ ಬಹಳ ದಿನಗಳು ಕಳೆದಿದ್ದವು, ಅವನನ್ನು ಭೇಟಿಯಾಗಲು ಆತುರದಿಂದ ಕಾದಿದ್ದೆ , ಅವನನ್ನು ಕಂಡ ಕೂಡಲೇ ನನ್ನ ಕಣ್ಣುಗಳಿಂದ ನೀರು ಹರಿಯತೊಡಗಿತು. ನಾನು ಅವನನ್ನು ಹಿಂದಿನ ಬಾರಿ ಬೇಟಿಯಾಗಿದಾಗಿಂದಲೂ ದಪ್ಪನಾಗಿದ್ದ, ಆದರೆ ಅವನ ಕಣ್ಣುಗಳಲ್ಲಿ ಯಾವುದೇ ರೀತಿಯ ಭಯವಾಗಲಿ, ಬೇಸರವಾಗಲಿ ಇರಲಿಲ್ಲ. ನಾನು ಅವನಿಗೆ ಹೆದರಬೇಡ ನಾನು ನಿನ್ನನ್ನು ಹೊರಕ್ಕೆ ತರುತ್ತೆನೆಂದು ಹೇಳಿದಕ್ಕೆ, ಅಷ್ಫಾಕ್ "ಅಣ್ಣಾ, ನಾನೇಕೆ ಹೆದರಬೇಕು, ನಾನೇನು ತಪ್ಪೇ ಮಾಡಿಲ್ಲ ಎಂದಾಗ ಹೆದರುವ ಪ್ರಶ್ನೆಯಾದರು ಏಕೆ ಬರುತ್ತದೆ, ನಾನು ಹೆದರುವುದು ಅಲ್ಲಾನಿಗೆ ಮಾತ್ರ, ನಾನು ಎಂದು ತಪ್ಪು ಮಾಡಿಲ್ಲ ಎಂದು ಅಲ್ಲಾನಿಗೆ ತಿಳಿದಿದೆ, ಆದ್ದರಿಂದ ಅವನ ಶಿಕ್ಷೆಗೆ ನಾನು ಗುರಿಯಾಗುವುದಿಲ್ಲ ಎಂದು ತಿಳಿದಿದೆ, ಇನ್ನೂ ಬ್ರಿಟಿಷರು ನನ್ನನ್ನು ನಂಬಿದರೆಷ್ಟು, ಬಿಟ್ಟರೆಷ್ಟು, ಅವರನ್ನು ಕಂಡು ನಾನು ಹೆದರುವ

ಅಷ್ಫಾಕನ ಅಣ್ಣ ರಿಯಾಸತ್ ಉಲ್ಲಾ ಖಾನ್

ಸನ್ನಿವೇಶವೇ ಇಲ್ಲ, ನೀನು ಚಿಂತಿಸಬೇಡ ನಾನು ಜೈಲಿನಲ್ಲಿ ಆರಾಮಾಗಿದ್ದೇನೆ, ನೀನು ನಿಶ್ಚಿಂತೆಯಿಂದಿರು ಎಂದು ಹೇಳಿದ.

ಅವನ ಮಾತುಗಳನ್ನು ಕೇಳಿ ನನಗೆ ಹೆಮ್ಮೆಯಾಯಿತು, ಅಲ್ಲಿಂದ ಹೊರಟು ಷಹಜಹಾನ್ಪುರಕ್ಕೆ ಬಂದು ಮನೆಯವರ ಬಳಿ ನಡೆದ ಸಂಗತಿಯನ್ನು ತಿಳಿಸಿದೆ, ಮಾರನೆಯ ದಿನ ಬೆಳಗ್ಗೆ ನಮ್ಮ ಮನೆ ಮುಂದೆ ಒಬ್ಬ ಪೊಲೀಸ್ ಕಾನಿಸ್ಟೇಬಲ್ ಬಂದು ನಿಮ್ಮನ್ನು ಮಿ.ಎಂದುದುದ್ದೀನ್ ಸಾಹೇಬರು ಲಖನೌಗೆ ಬರಲು ಹೇಳಿದ್ದಾರೆ ಎಂದನು, ನಾನು ಅವನ ಮಾತನ್ನು ಕೇಳಿ ಲಖನೌಗೆ ಹೊರಟೆ, ಅವರು ಚಹಾ ಹೀರುತ್ತಾ ಅವರ ಕಚೇರಿಯಲ್ಲಿ ಕುಳಿತ್ತಿದ್ದರು, ನನ್ನನ್ನು ಅವರು ಅವರ ಸ್ಕೂಟರಿನಲ್ಲಿ ಕೂರಿಸಿಕೊಂಡು ಮಿ. ಡಾರ್ಟನ್ ಸಾಹೇಬರ ಬಂಗಲೆಯ ಬಳಿ ಕರೆದುಕೊಂಡು ಬಂದರು. ಎಂದುದುದ್ದೀನ್ ಸಾಹೇಬರು ನನ್ನನ್ನು ಡಾರ್ಟನರವರಿಗೆ ಪರಿಚಯಮಾಡಿಕೊಟ್ಟರು.

ಡಾರ್ಟನ್ ಸಾಹೇಬರು ತಮ್ಮ ಮಾತನ್ನು ಆರಂಭಿಸಿ ನೀವು ಸಹಕರಿಸಿದರೆ ಅಷ್ಫಾಕನನ್ನು ಬಿಡುಗಡೆಗೊಳಿಸಲು ಸಾಧ್ಯ ಎಂದು ತಿಳಿಸಿದರು. ಅದಕ್ಕೆ ನಾನು ಏನು ಮಾಡಬೇಕೆಂದು ಕೇಳಿಕೊಂಡಾಗ ಅವರು ಅಷ್ಫಾಕನನ್ನು ಬನವರಿಲಾಲನ ರೀತಿ ಸರ್ಕಾರಿ ಅಪ್ರೋವರ್ ಆಗಲು ಒಪ್ಪಿಸಿ, ನಂತರದ ಕೆಲಸವನ್ನು ನಾನು ಮಾಡುತ್ತೇನೆ ಎಂದು ಹೇಳಿದರು. ಅಷ್ಫಾಕನ ಬಿಡುಗಡೆಯ ಜವಾಬ್ದಾರಿ ನನ್ನದು ಎಂದು ಹೇಳಿದರು.

ಮಾರನೆಯ ದಿನ ಎಂದುದುದ್ದೀನ್ ಸಾಹೇಬರು ನನ್ನನ್ನು ದೆಹಲಿಯ ಜೈಲಿಗೆ ಹೋಗಿ ಅಷ್ಫಾಕನ ಜೊತೆ ಮಾತನಾಡು ಎಂದು ತಿಳಿಸಿದರು, ಅವರು ಹೇಳಿದಂತೆ ಮಾರನೆಯ ದಿನ ಬೆಳಗ್ಗೆ ದೆಹಲಿಯ ಜೈಲಿನಲ್ಲಿ ಅಷ್ಫಾಕನನ್ನು ಭೇಟಿಯಾಗಿ ನಡೆದ ವಿಷಯಗಳನ್ನು ತಿಳಿಸಿದೆ. ಇದನ್ನು ಕೇಳಿ ಅಷ್ಫಾಕ್ ನಗುತ್ತಾ, ನನಗೆ ತಿಳಿಯದೆ ಇರುವ ಸಂಗತಿ ನಮ್ಮ ಕ್ರಾಂತಿಕಾರಿ ದಳದಲ್ಲಿ ಏನೂ ಇಲ್ಲ, ಪ್ರತಿಯೊಂದು ಸಣ್ಣ ಸಣ್ಣ ವಿಷಯವು ನನಗೆ ತಿಳಿದಿದೆ,

ಆದರೆ ನಾನು ಈ ಪಕ್ಷದ ಒಬ್ಬ ಸದಸ್ಯನಲ್ಲ, ಈ ಪಕ್ಷವೇ ನನ್ನದು, ನನ್ನ ಪಕ್ಷದ ವಿರುದ್ಧ ನಾನೇ ಮಾತನಾಡಲು ಎಂದಾದರೂ ಸಾಧ್ಯವೇ, ನಾನು ಈ ದೇಶದ ಒಳಿತಿಗಾಗಿ ಹೋರಾಡುತ್ತಿರುವವನು, ನನ್ನ ಕನಸಿನಲ್ಲೂ ಕೂಡ ಅಂತ ಯೋಚನೆಗಳು ಬರುವುದಿಲ್ಲ, ಹೆಚ್ಚೆಂದರೆ ಬ್ರಿಟಿಷರು ನನಗೆ ಏನು ಮಾಡಬಹುದು, ಮರಣ ದಂಡನೆಯನ್ನು ನೀಡಿದರೆ ನನಗೆ ಅದಕ್ಕಿಂತ ಭಾಗ್ಯ ಇನ್ನೊಂದಿಲ್ಲ. `` **ಮೋಸ ಮಾಡಿ ಜೀವನದಲ್ಲಿ ನೆಮ್ಮದಿಯಾಗಿ ಇರುವವರು ಇತಿಹಾಸದಲ್ಲಿ ಯಾರೂ ಇಲ್ಲ- ಆದರೆ ಮೋಸ ಹೋಗಿರುವವರು ಗೆದ್ದು ಇತಿಹಾಸ ಸೃಷ್ಟಿಸುತ್ತಾರೆ**, ನಾನು **ಇತಿಹಾಸ ಸೃಷ್ಟಿಸಲು ಸಿದ್ಧನಾಗಿದ್ದೇನೆ**' ಎಂದ.

ಅಷ್ಫಾಕನಿಗೆ ತನ್ನ ತಾಯಿಯ ಮೇಲೆ ಬಹಳ ಪ್ರೀತಿ ಇತ್ತು, ತನಗೆ ದೊರಕಲಿರುವ ಕಠಿಣ ಶಿಕ್ಷೆಯಿಂದ ಅವಳ ಮನಸ್ಸಿಗೆ ಬಹಳ ನೋವಾಗಲಿದೆ ಎಂದು ಯೋಚಿಸಿ ಬಹಳ ಮರುಕಪಟ್ಟನು. ತನ್ನ ತಾಯಿಗೆ ಅಷ್ಫಾಕ್ ಲಖನೌ ಜೈಲಿನಿಂದ ಒಂದು ಪತ್ರವನ್ನು ಬರೆದನು.

``ಪ್ರೀತಿಯ ಅಮ್ಮನಿಗೆ ಅಷ್ಫಾಕನ ನಮಸ್ಕಾರಗಳು,

4ನೆ ಜೂನ್ ತಾರೀಖಿನಂದು ನನ್ನ ಮೊಕದ್ದಮೆಯ ವಿಚಾರಣೆಗಳೆಲ್ಲಾ ಮುಗಿದು ನನಗೆ ಮರಣ ದಂಡನೆಯ ಶಿಕ್ಷೆಯಾಗಿದೆ, ಇದನ್ನು ತಿಳಿದು ನಿಮಗೆ ಬಹಳ ನೋವಾಗಿದೆ ಎಂದು ನನಗೆ ತಿಳಿದಿದೆ, ನೀವು ಇದನ್ನು ಹೇಳದಿದ್ದರೂ ನನಗೆ ಅರ್ಥವಾಗುತ್ತದೆ, ನಾನು ಚಿಕ್ಕವನಿಂದಲೂ ಕೂಡ ನಿಮ್ಮನ್ನು ನೋಡಿ ಬೆಳೆದವನು, ನಿಮ್ಮ ಧೈವ ಭಕ್ತಿ ನನಗೆ ದೇಶ ಭಕ್ತಿಯ ದಾರಿಯನ್ನು ತೋರಿಸಿತು, ನನ್ನ ಬಹಳಷ್ಟು ಮುಸ್ಲಿಂ ಸ್ನೇಹಿತರು ನೀನು ಒಬ್ಬ ಮುಸ್ಲಿಂ ಆಗಿ ಹಿಂದೂ ರಾಷ್ಟ್ರಕ್ಕಾಗಿ ಏಕೆ ಹೋರಾಡುತ್ತಿದ್ದೀಯಾ ಎಂದು ಕೇಳಿದ್ದರು, ಆದರೆ ನಾನು ಅವರಿಗೆಲ್ಲ ಹೇಳುವುದೇನೆಂದರೆ ನಾನು ಒಬ್ಬ ಮುಸಲ್ಮಾನನಾದರೂ ಅದಕ್ಕಿಂತ ಮುಂಚೆ ನಾನೊಬ್ಬ ಹಿಂದೂಸ್ತಾನಿ, ಆ ಕಾರಣದಿಂದ ಹಿಂದೂಸ್ತಾನದ ಉಳಿವಿಗಾಗಿ ಹೋರಾಡುತಿದ್ದೇನೆ.

ನಾನು ಮಗನಾಗಿ ಈ ಸಮಯದಲ್ಲಿ ನಿಮ್ಮನ್ನು ನೋಡಿಕೊಳ್ಳುವ ಜವಾಬ್ದಾರಿಯಿಂದ ತಪ್ಪಿಸಿಕೊಂಡು ಬಹಳ ದೂರ ಹೋಗುತ್ತಿದ್ದೇನೆ, ಆದರೆ ಒಬ್ಬ ತಾಯಿಯ ಸೇವೆಗಿಂತ ಕೋಟ್ಯಂತರ ಮಕ್ಕಳ ತಾಯಿ ಭಾರತಾಂಭೆಗೆ ಸೇವೆ ಸಲ್ಲಿಸಿದ ಆತ್ಮತೃಪ್ತಿ ನನ್ನ ಮನದಲ್ಲಿದೆ, ಅದೇ ಕಾರಣದಿಂದ ನಾನು ಈಗ ಜೈಲಿನಲ್ಲಿದ್ದೇನೆ.

ನನಗೆ ಈ ಸರ್ಕಾರದ ಮೇಲೆ ಮೊದಲಿನಿಂದಲೂ ಕೂಡ ಯಾವುದೇ ರೀತಿಯ ವಿಶ್ವಾಸವಿರಲಿಲ್ಲ, ಈಗಲೂ ಕೂಡ ಇಲ್ಲ, ಕೇವಲ ಒತ್ತಾಯದ ಮೇರೆಗೆ ಅಪೀಲ್ ಗಳನ್ನು ಮಾಡಿದ್ದೆ, ಆದರೆ ಇದರಿಂದ ಯಾವುದೇ ರೀತಿಯ ಪ್ರಯೋಜನವಾಗುವುದಿಲ್ಲ ಎಂದು ತಿಳಿದಿತ್ತು. ನಿನ್ನ ಮಗ ಯಾರನ್ನೋ ಕೊಂದು ಜೈಲಿಗೆ ಬಂದಿಲ್ಲ, ಬದಲಾಗಿ ಮಾತೃಭೂಮಿಯ ಸೇವೆಗಾಗಿ ಬಲಿದಾನವನ್ನು ನೀಡಲು ಇಲ್ಲಿಗೆ ಬಂದಿದ್ದಾನೆ, ಅವನನ್ನು ಕಂಡು ನೀನು ಹೆಮ್ಮೆಪಡಬೇಕು, ನನಗೆ ನಾನು ಮಾಡಿರುವ ಕೆಲಸದಲ್ಲಿ ಸಂತೋಷವಿದೆ, ನಿನ್ನ ಮಗ ನಿನ್ನ ಕೈ ತುತ್ತನ್ನು ತಿಂದು ಬೆಳೆದವನು, ಯಾವುದೇ ಕ್ಷಣದಲ್ಲೂ ಹೇಡಿಯ ಕೆಲಸ ಮಾಡಿಲ್ಲ, ಅವನೊಬ್ಬ ದೇಶ ಕಾಯುವ ಸೈನಿಕ, ಅವನ ಮರಣದ ನಂತರವೂ ಈ ದೇಶ ಅವನನ್ನು ನೆನೆಯಲಿದೆ, ನಿಮ್ಮ ಆರೋಗ್ಯವನ್ನು ಕಾಪಾಡಿಕೊಳ್ಳಿ.

ನನಗೆ ನಿಮ್ಮನ್ನು ನೋಡುವ ಬಯಕೆಯಾಗಿದೆ, ಈ ಪತ್ರ ನಿಮ್ಮ ಕೈ ಸೇರಿದ ತಕ್ಷಣವೇ ನೀವು ನನ್ನನ್ನು ಕಾಣಲು ಓಡಿ ಬರುತ್ತೀರೆಂದು ನನಗೆ ತಿಳಿದಿದೆ, ನೀವು ಒಬ್ಬ ವೀರಮಾತೆಯ ರೀತಿ ಗರ್ವದಲ್ಲಿ ಇಲ್ಲಿಗೆ ಬಂದು ಹೋಗಬೇಕು, ಯಾವುದೇ ಕಾರಣಕ್ಕೂ ಇಲ್ಲಿ ಬಂದು ನಿಮ್ಮ ಕಣ್ಣುಗಳಿಂದ ಕಂಬನಿಯನ್ನು ಸುರಿಸಬಾರದು, ಇಡೀ ದೇಶವೇ ಮೆಚ್ಚುವಂತಹ ಮಗನನ್ನು ಹಡೆದವಳು ನೀನು, ನನಗೆ ನಿನ್ನ ಜೊತೆಗಿನ ನನ್ನ ಬಾಲ್ಯದ ನೆನಪುಗಳು ಸದಾ ಬರುತ್ತವೆ, ನನಗೆ ತೋಚಿದನೆಲ್ಲವನ್ನು ಒಂದು ಪುಸ್ತಕದಲ್ಲಿ ಬರೆಯುತಿದ್ದೇನೆ, ನನ್ನ ಕಾಲಾವಧಿಯ ನಂತರ ಇದನ್ನು ಓದಿಕೊಳ್ಳಿ.

ನನಗೆ ಈ ಸಮಯದಲ್ಲಿ ಒಂದು ಕಥೆಯ ನೆನಪು ಬರುತ್ತಿದೆ, `ಒಮ್ಮೆ ಇಂಗ್ಲೆಂಡಿನಿಂದ ಒಬ್ಬ ಗಂಡ ಮತ್ತು ಅವನ ಹೆಂಡತಿ ಭಾರತಕ್ಕೆ ಪ್ರವಾಸಕ್ಕೆಂದು ಬರುತ್ತಾರೆ, ಇಲ್ಲಿಗೆ ಬಂದು ತಾಜ್ ಮಹಲನ್ನು ನೋಡಬೇಕೆಂದು ಆಗ್ರಾಗೆ ತೆರಳುತ್ತಾರೆ, ಅಲ್ಲಿನ ತಾಜ್ ಮಹಲನ್ನು ನೋಡುತ್ತಾ ಹೆಂಡತಿ ಗಂಡನಿಗೆ ನನ್ನ ಮರಣದ ನಂತರ ನನಗೆ ಈ ರೀತಿಯದೇ ಒಂದು ಮಹಲನ್ನು ಕಟ್ಟುತೀರಾ? ಎಂದು ಕೇಳಿದಳು, ಅದಕ್ಕೆ ಗಂಡ ಖಂಡಿತವಾಗಿ ಕಟ್ಟುತ್ತೇನೆ ಎಂದಾಗ, ಹೆಂಡತಿ ಈ ರೀತಿಯ ಮಹಲನ್ನು ಕಟ್ಟುವುದಾದರೆ ನಾನು ಈಗಲೇ ನಿಮ್ಮ ಬಂಧೂಕಿನಿಂದ ಶೂಟ್ ಮಾಡಿಕೊಂಡು ಸಾಯಲು ಸಿದ್ಧನಾಗಿದ್ದೇನೆ ಎಂದಳು.

ಏಕೆ ಈ ಹೆಂಡತಿ ಸಾಯಲು ಸಿದ್ಧಳಾಗಿದ್ದಾಳೆ? ಏಕೆಂದರೆ ತನ್ನ ಜೀವಕ್ಕಿಂತ ತನ್ನ ಮರಣದ ನಂತರ ಜನರು ನನ್ನನ್ನು ನೆನೆಯುವುದು ಮುಖ್ಯ, ಶತಮಾನಗಳು ಕಳೆದರೂ ಜನರಲ್ಲಿ ನನ್ನ ನೆನಪುಗಳು ಉಳಿಯುತ್ತವೆಯೆಂದು ತೀರ್ಮಾನಿಸಿ ಸಾಯಲು ಸಿದ್ಧಳಿದ್ದೇನೆ ಎಂದಿದ್ದಳು, ಆದರೆ ನನಗೆ ಈ ರೀತಿಯ ಉದ್ದೇಶವಿಲ್ಲ, ನನ್ನ ಬಲಿದಾನದ ನಂತರ ಜನರು ನನ್ನನು ಒಬ್ಬ ಡಕಾಯಿತನೆಂದು ಕರೆಯದೆ, ಒಬ್ಬ ದೇಶಪ್ರೇಮಿ ಎಂದು ನಂಬಿದರೆ ಸಾಕು.

ಅಷ್ಫಾಕನ ಅಣ್ಣ ಶಫೀಕ್ ಉಲ್ಲಾ ಖಾನನಿಗೆ ರಾಜಿ ಹಾಗೂ ರಿಯಾಸತ್ ಉಲ್ಲಾ ಖಾನನಿಗೆ ಖಲೀಲ್ ಎಂಬ ಮಕ್ಕಳಿದ್ದರು, ಆ ಮಕ್ಕಳಿಗೆ ಅಷ್ಫಾಕ್ ಒಂದು ಪತ್ರವನ್ನು ಬರೆದಿದ್ದನು.

ಪ್ರೀತಿಯ ರಾಜಿ ಮತ್ತು ಖಲೀಲ್,

ನೀವು ಇನ್ನು ಮುಗ್ಧ ಎಳೆಯ ಮಕ್ಕಳು, ನೀವು ಪ್ರಪಂಚವನ್ನು ನೋಡುವಷ್ಟರಲ್ಲಿ ನಾನು ಈ ಭೂಮಿಯ ಮೇಲೆ ಇರುವುದಿಲ್ಲ, ನೀವು ನನ್ನ ಕಥೆಗಳನ್ನು ಕೇಳುತ್ತೀರಿ, ನಾನು ಯಾವುದೇ ರೀತಿಯ ಬುದ್ಧಿ ಮಾಂದ್ಯತೆಯಿಂದ ಈ ಕೆಲಸವನ್ನು ಮಾಡಿಲ್ಲ, ನಾನು ಏನು ಮಾಡುತಿದ್ದೇನೆ

ಎಂಬುದು ನನಗೆ ಸರಿಯಾಗಿ ತಿಳಿದಿತ್ತು, ಆದರಂತೆ ಸರಿಯಾದ ಕೆಲಸಗಳನ್ನೇ ಮಾಡಿದ್ದೇನೆ, ನೀವು ನಿಮ್ಮ ಚಿಕ್ಕಪ್ಪನನ್ನು ಮರೆಯಬೇಡಿ, ಈಗಲೇ ನಿಮಗೆ ನನ್ನ ಪರಿಸ್ಥಿತಿಯ ಬಗ್ಗೆ ಹೇಳುವಷ್ಟು ನೀವು ಬೆಳೆದಿಲ್ಲ, ಮುಂದೆ ನಿಮಗೆ ತಿಳಿಯಲಿದೆ, ನಿಮ್ಮನ್ನು ಅಲ್ಲಾ ಖಂಡಿತಾ ಖುಷಿಯಾಗಿಟ್ಟಿರುತ್ತಾನೆ".

ಅಷ್ಫಾಕ್‌ಉಲ್ಲಾ ಖಾನ್
ಜಿಲ್ಲಾಬಂಧಿಖಾನೆ,
ಲಖನೌ.

10. ಬಿಸ್ಮಿಲ್ಲರು ಮತ್ತು ಅಷ್ಫಾಕನ ಜೈಲುವಾಸ

ಎಲ್ಲಾ ಕ್ರಾಂತಿಕಾರಿಗಳನ್ನು ಬಂಧಿಸಿದರೂ ಅಷ್ಫಾಕ್, ಚಂದ್ರ ಶೇಖರ್ ಅಜಾದ್ ಮತ್ತು ಸಚೆಂದ್ರನಾಥ್ ಭಕ್ಷಿ ಮಾತ್ರ ಸಿಕ್ಕಿರಲಿಲ್ಲ , ಬಿಸ್ಮಿಲ್ಲರು ಮತ್ತು ಅವರ ಸಹಪಾಠಿಗಳ ಮೊಕದ್ದಮೆಯ ವಿಚಾರಣೆ ನ್ಯಾಯಾಲದಲ್ಲಿ ನಡೆಯುತ್ತಿತ್ತು.

ಹೆಚ್.ಡಿ. ಹಿಲ್ಟನ್ ರವರನ್ನು ಸೆಷನ್ ನ್ಯಾಯಾಲಯದ ವಿಶೇಷ ನ್ಯಾಯಾಧೀಶರಾಗಿ ನಮ್ಮ ವಿಚಾರಣೆಯನ್ನು ಆರಂಭಿಸಿದ್ದರು. ಅವರ ರೀತಿ ನೀತಿಗಳೆಲ್ಲವೂ ಭಾರತೀಯ ಕ್ರಾಂತಿಕಾರಿಗಳನ್ನು ಮಟ್ಟ ಹಾಕಬೇಕು ಎಂಬ ಪೂರ್ವ ನಿಯೋಜಿತ ರೀತಿಯಲ್ಲಿ ಅತ್ಯಂತ ಕಠಿಣ ಶಿಕ್ಷೆಗಳನ್ನು ಕೊಡುತ್ತಿದ್ದರು. ವಾದ ವಿವಾದ ಶುರುವಾದಾಗ ನಾವು ಬೇರೆ ನ್ಯಾಯಾಧೀಶರು ಬೇಕೆಂದು ಕೇಳಿಕೊಂಡೆವು, ಆದರೆ ನಮ್ಮ ಮಾತಿಗೆ ಸರ್ಕಾರ ಕಿಂಚಿತ್ತೂ ಕಿವಿಗೊಡಲಿಲ್ಲ. ಮೊಕದ್ದಮೆಯ ವಿಚಾರಣೆ ಶುರುವಾದ ನಂತರ ಪೊಲೀಸರು ನಮ್ಮ ಮೇಲೆ ಸುಳ್ಳು ಸುಳ್ಳು ಆರೋಪಗಳನ್ನು ಹೊರಿಸಿದರು, ಇದಕ್ಕೆ ಯಾವುದೇ ರೀತಿಯ ಸಾಕ್ಷಾಧಾರಗಳು ಇರಲಿಲ್ಲ, ಆದರೆ ನ್ಯಾಯಾಧೀಶರು ಸಾಕ್ಷಿಗಳು ಇಲ್ಲದಿದ್ದರೂ ಕೂಡ ಆ ಆರೋಪವನ್ನು ನಾವೇ ಮಾಡಿದ್ದೇವೆಯೆಂದು ಬರೆದುಕೊಳ್ಳುತ್ತಿದ್ದರು. ಕ್ರಾಂತಿಕಾರಿಗಳನ್ನು ನ್ಯಾಯಾಲಯಕ್ಕೆ ಕರೆತರುವಾಗ ಕ್ರಾಂತಿಕಾರಿಗಳು ಪೂರ್ಣ ಉತ್ಸಾಹದಿಂದ `ಇಂಕಿಲಾಬ್ ಜಿಂದಾಬಾದ್' ಮತ್ತು `ವಂದೇ ಮಾತರಂ' ಎಂಬ ಘೋಷಣೆಗಳನ್ನು ಜೋರಾಗಿ ಕೂಗುತ್ತಾ ಒಳಗಡೆ ಬರುತ್ತಿದ್ದರು,

`ಕಾಕೋರಿಯ ಹುತಾತ್ಮರು' ಎಂಬ ಹಿಂದಿ ಪುಸ್ತಕದಲ್ಲಿ ಅವರ ಜೈಲಿನ ಸನ್ನಿವೇಶಗಳನ್ನು ಈ ರೀತಿ ವಿವರಿಸಿದ್ದಾರೆ.-

`ದೇಶಭಕ್ತಿ ಮತ್ತು ದೇಶಕ್ಕಾಗಿ ಪ್ರಾಣ ನೀಡುವ ಮನೋಭಾವ ಅವರ ಮನಸ್ಸುಗಳಲ್ಲಿ ಮುದ್ರೆ ಹೊತ್ತಿದ್ದವು, ಜೈಲಿಗೆ ಕ್ರಾಂತಿಕಾರಿಗಳನ್ನು ನೋಡಲು ಅವರು ಮನೆಯವರು ಬರುವುದು ದಿನ ನಿತ್ಯದ ರೂಢಿಯಾಗಿತ್ತು. ಪಂಡಿತ್ ರಾಮ್ ಪ್ರಸಾದ್ ಬಿಸ್ಮಿಲ್ಲರ ಹಿಂದೆ ಅವರ ಕಾರ್ಯಕರ್ತರು ಸದಾ `ವಂದೇ ಮಾತರಂ' ಹಾಡನ್ನು ಹಾಡುತ್ತಾ ಹಿಂಬಾಲಿಸುತ್ತಿದ್ದರು. ಆ ದೃಶ್ಯಗಳನ್ನು ನೋಡಲು ಎರಡು ಕಣ್ಣುಗಳು ಸಾಲುತ್ತಿರಲಿಲ್ಲ, ಆ ದೃಶ್ಯವನ್ನು ವರ್ಣಿಸಲು ನಮಗೆ ತುಳಸಿ ದಾಸರ ಗೀತೆಗಳಿಂದ ವಿವರಿಸಬೇಕಾಗಿತ್ತು. ಅಂತಹ ದೃಶ್ಯಗಳನ್ನು ನೋಡಲು ಜನ ಪುಣ್ಯ ಮಾಡಿರಬೇಕಿತ್ತು, ಅವರು ಮೊಕದ್ದಮೆಯ ವಿಚಾರಣೆಗೆಂದು ಜೈಲಿನ ವಾಹನದಿಂದ ಇಳಿದರೆ ಸಾಕು ಜನರು `ಭಾರತ್ ಮಾತಾ ಕಿ ಜೈ' ಮತ್ತು `ಭಾರತದ ಪ್ರಜಾತಂತ್ರಕ್ಕೆ ಜೈ' ಎಂಬ ಘೋಷಣೆಗಳು ಕೂಗುತ್ತಿದ್ದರು, ಅದನ್ನು ನೋಡಲು ನ್ಯಾಯಾಲಯದ ಮುಂದೆ ಜನಸಾಗರವೇ ಸೇರುತ್ತಿತ್ತು, ಆ ಉದ್ಘೋಷದಿಂದ ವಾಯುಮಂಡಲವೇ ಪವಿತ್ರವಾಗಿಬಿಡುತ್ತಿತ್ತು. ಅವರನ್ನು ನೋಡಲು ಮತ್ತು ಅವರ ಗೀತೆಗಳನ್ನು ಕೇಳಲು ಸಾವಿರಾರು ಜನ ಜಮಾಯಿಸುತ್ತಿದ್ದರು. ಅವರ ಒಂದು ದೇಶ ಭಕ್ತಿಯ ಗೀತೆಯನ್ನು ಕೇಳಿ ಒಬ್ಬ ಪೊಲೀಸ್ ಕಾನಿಸ್ಟೇಬಲ್ ಕಣ್ಣುಗಳಿಂದ ಕಂಬನಿ ಸುರಿದಿತ್ತು, ಅದನ್ನು ನೋಡಿದ ನ್ಯಾಯಾಧೀಶರಿಗೆ ಒಂದು ತರಹದ ಮುಜುಗರವಾಗಿತ್ತು, ಆ ಕಾರಣದಿಂದ ಮುಂದಿನ ವಿಚಾರಣೆಯ ಸಮಯದಲ್ಲಿ ಅವನನ್ನು ಅಲ್ಲಿಂದ ತೆಗೆದು ಬೇರೆ ಕಾನಿಸ್ಟೇಬಲ್‌ನನ್ನು ಆ ಜಾಗದಲ್ಲಿ ನಿಯೋಜಿಸಿದ್ದರು.

ವಿಚಾರಣೆಯ ದೃಶ್ಯವಂತೋ ಒಂದು ಸಿನಿಮಾದ ರೀತಿಯಲ್ಲಿ ಅದನ್ನು ನೋಡುವುದೇ ಸೊಗಸಾಗಿತ್ತು, ಒಂದು ಕಡೆ ರಾಮ್ ಪ್ರಸಾದ್ ಬಿಸ್ಮಿಲ್, ಶ್ರೀ ವಿದ್ಯಾಶಂಕರ್ ದುಬಲಿಷ್, ಶ್ರೀ ಸಚಿನ್ ಸನ್ಯಾಲ್ ಮತ್ತು ಸುರೇಶ ಬಾಬು ತಮ್ಮ ಸ್ವಾಭಾವಿಕ ಸ್ವಾಭಿಮಾನ ಮಿಶ್ರಿತ ಗಂಭೀರತೆಯಲ್ಲಿ ವಿಚಾರಣೆಯನ್ನು ಕೇಳುತ್ತಿದ್ದರೆ, ಮತ್ತೊಂದು ಕಡೆ ಮನ್ಮಥನಾಥ್ ಗುಪ್ತ,

ರಾಜ್ ಕುಮಾರ್, ರಾಮ್ ದುಲಾರೇ, ರಾಮ್ ಕಿಶನ್ ಮತ್ತು ಪ್ರೇಮ್ ಕಿಶನ್ ಸರ್ಕಾರದ ವಾದಗಳಿಗೆ ಪ್ರತ್ಯುತ್ತರವನ್ನು ನೀಡುತ್ತಾ ಸರ್ಕಾರದ ಆಧಾರರಹಿತ ಪ್ರಶ್ನೆಗಳಿಗೆ ಟೀಕೆ ಮಾಡುತ್ತಿದ್ದರು. ಆದ್ದರಿಂದ ಅವರ ಸುತ್ತ ಸದಾ ಪೊಲೀಸರ ದಂಡೇ ಇರುತ್ತಿತ್ತು.

ಇವರ ಮೊಕದ್ದಮೆಯ ವಿಚಾರಣೆಯನ್ನು ಪತ್ರಿಕೆಗಳಲ್ಲಿ ಬರೆಯಲು ಇಂಡಿಯನ್ ಡೈಲಿ ಟೆಲಿಗ್ರಾಫ್ ಪತ್ರಿಕೆ ಒಬ್ಬ ಪತ್ರಕರ್ತನನ್ನು ನ್ಯಾಯಾಲಯಕ್ಕೆ ನೇಮಿಸಿತ್ತು. ವಾದ ವಿವಾದಗಳು ಮುಗಿದ ನಂತರ

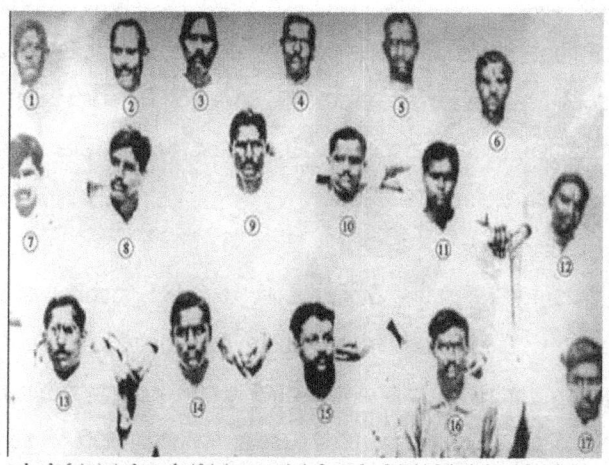

1.ಯೋಗೇಶ್ ಚಂದ್ರ ಚಟ್ಟರ್ಜಿ 2. ಪ್ರೇಮ್ ಕೃಷ್ಣ ಖನ್ನಾ 3.ಮುಕುಂದಿ ಲಾಲ್ 4.ವಿಷ್ಣು ಶರಣ್ ದುಬಲಿಷ್ 5.ಸುರೇಶ ಚಂದ್ರ ಭಟ್ಟಾಚಾರ್ಯ 6.ರಾಮ್ ಕೃಷ್ಣ ಕತ್ರಿ 7.ಮನ್ಮಥ್ ನಾಥ್ ಗುಪ್ತ 8.ರಾಜ್ ಕುಮಾರ್ ಸಿಂಹ 9.ರೋಷನ್ ಸಿಂಗ್ 10.ರಾಮ್ ಪ್ರಸಾದ್ ಬಿಸ್ಮಿಲ್ 11.ರಾಜೇಂದ್ರ ನಾಥ್ ಲಹರಿ 12.ಗೋವಿಂದ ಶಂಕರ್ 13.ರಾಮ್ ದುಲಾರೇ ತ್ರಿವೇದಿ 14.ರಮಾನಾಥ್ ಪಾಂಡೆ 15. ಸಚಿಂದ್ರನಾಥ್ ಸನ್ಯಾಲ್ 16.ಭೂಪೇಂದ್ರನಾಥ್ ಸನ್ಯಾಲ್ 17.ಪ್ರಣವೇಶ್ ಚಂದ್ರ ಚಟ್ಟರ್ಜಿ

ಕಾಕೋರಿ ಡಕಾಯತಿಯ ಕೇಸಿನ ಆರೋಪಿಗಳು

ಬಿಸ್ಮಿಲ್ಲರು ತಾವೇ ರಚಿಸಿದ ಒಂದು ದೇಶ ಗೀತೆಯನ್ನು ಹಾಡುತ್ತಿದ್ದರು, ಈ ಹಾಡುಗಳಿಗೆ ಜನರು ಮಾರುಹೋಗಿದ್ದರು. ಜನರು ಆ ಗೀತೆಗಳನ್ನು ಮುದ್ರಿಸಿ ನ್ಯಾಯಾಲಯದ ಮುಂದೆಯೇ ಅದನ್ನು ಹಂಚುತ್ತಿದ್ದರು.

ಲಖನೌ ಜೈಲಿನಲ್ಲಿ ಇತರ ಖೈದಿಗಳು ಕ್ರಾಂತಿಕಾರಿಗಳನ್ನು ಬಹಳ ಪ್ರೀತಿಯಿಂದ ಕಾಣುತ್ತಿದ್ದರು, ಇವರು ಜೈಲಿನಲ್ಲಿದ್ದಷ್ಟೂ ದಿನವೂ ಖೈದಿಗಳು ತಮ್ಮ ನೋವುಗಳನ್ನು ಮರೆತುಬಿಟ್ಟಿದ್ದರು, ಇವರೊಂದಿಗಿನ ಜೀವನವನ್ನು ಒಂದು ಹಬ್ಬದ ರೀತಿಯಲ್ಲಿ ಆಚರಿಸಿದ್ದರು, ಅಲ್ಲಿನ ಖೈದಿಗಳು ಸದಾ ಉತ್ಸಾಹದಿಂದಿದ್ದರೆ ಕೆಲವೊಮ್ಮೆ ಭಾವುಕರಾಗಿ ಬಿಕ್ಕಿ ಬಿಕ್ಕಿ ಅಳುತ್ತಿದ್ದರು. ನಿತ್ಯವೂ ಸಂಜೆ ಪ್ರಾರ್ಥನೆ ಮಾಡುತ್ತಿದ್ದರು, ಪ್ರಾರ್ಥನೆ ಮುಗಿದ ನಂತರ ಸುರೇಶ ಬಾಬು ಮತ್ತು ರಾಜ್ ಕುಮಾರ್ ರವರ ಗೀತೆಗಳನ್ನು ಕೇಳಲು ಜನರು ಗುಂಪಾಗಿ ನಿಲ್ಲುತ್ತಿದ್ದರು, ಕೆಲವೊಮ್ಮೆ ಕಬ್ಬಡಿ ಆಟ ಆಡಿದರೆ ಇನ್ನೂ ಕೆಲವೊಮ್ಮೆ ಸುರೇಶ ಬಾಬು ಅವರೊಡನೆ ಗಂಭೀರ ವಿಚಾರಗಳ ಚರ್ಚೆ ನಡೆಸುತ್ತಿದ್ದರು, ಆಧ್ಯಾತ್ಮವಾದ, ವಾಸ್ತವೀಕತೆ, ಆದರ್ಶವಾದ ವಿಚಾರಗಳ ಬಗ್ಗೆ ಬಹಳಷ್ಟು ಚರ್ಚೆ ನಡೆಸುತ್ತಿದ್ದರು,

ಕೆಲವೊಮ್ಮೆ ಈ ಚರ್ಚೆ ವಿಪರೀತವಾಗಿ ಜಗಳಕ್ಕೆ ನಾಂದಿ ಹಾಡಿ ಪ್ರಾಂತೀಯ ಭೇದ ಭಾವಗಳನ್ನು ಹುಟ್ಟು ಹಾಕಿಬಿಡುತ್ತಿತು, ಅದನ್ನು ಬಿಸ್ಮಿಲ್ಲರು ಇಂದು ನಮ್ಮದು, ಇಂದು ನಾವು ಬದುಕೋಣ ನಾಳೆಯ ಬಗ್ಗೆ ಚಿಂತೆ ಬೇಡ ಎಂದು ಬುದ್ಧಿ ಹೇಳಿ ಆ ಜಗಳಗಳನ್ನು ಬಿಡಿಸಿ ಬುದ್ಧಿ ಹೇಳುತ್ತಿದ್ದರು. ಆದರೂ ಬಂಗಾಳದ ಕ್ರಾಂತಿಕಾರಿಗಳು ನಮ್ಮ ತನವನ್ನು ಬಿಟ್ಟಿರಲಿಲ್ಲ, ಅವರ ಪ್ರಕಾರ ಬಂಗಾಳಿ ಕ್ರಾಂತಿಕಾರಿಗಳು ಮಾಡಿರುವ, ನೀಡಿರುವ ಬಲಿದಾನವನ್ನು ಹೊಗಳಿಕೊಂಡು ಬೇರೆ ಪ್ರಾಂತ್ಯದ ಜನರನ್ನು ತೆಗಳುತ್ತಿದ್ದರು. ಭಾನುವಾರ ಬಂತೆಂದರೆ ಎಲ್ಲರಿಗೂ ಹಬ್ಬದ ದಿನ, ಎಲ್ಲರೂ ಸ್ನಾನ ಮಾಡಿ, ಪೂಜೆ ಮಾಡುತ್ತಿದ್ದರು, ಪ್ರಸಾದಗಳನ್ನು ತಿಂದು ರಾಜಕುಮಾರ್ ಮತ್ತು ರಾಮ್ ದುಲಾರೇಯವರು ಹಾಡುಗಳನ್ನು ಹಾಡಿ ರಂಜಿಸುತ್ತಿದ್ದರು.

ಒಂದು ಭಾನುವಾರ 22 ತರಹದ ತರಕಾರಿಗಳನ್ನು ಹಾಕಿ ಒಂದು ಒಳ್ಳೆಯ ಅಡುಗೆಯನ್ನು ಮಾಡಿದ್ದರು, ಎಲ್ಲರೂ ಅದನ್ನು ಆನಂದಪೂರ್ವಕವಾಗಿ ಊಟ ಮಾಡಿದ್ದರು, ಜೈಲಿನಲ್ಲಿ ಎಲ್ಲರಿಗೂ ಅವರವರ ಕಾರ್ಯಕ್ಷೇತ್ರಗಳನ್ನು ನೀಡಲಾಗಿತ್ತು, ಅದರ ಅನುಸಾರ ಕೆಲವರು ಅಡುಗೆ ಕೆಲಸ, ಕೆಲವರು ತೋಟದ ಕೆಲಸ ಮಾಡಿದರೆ, ಇನ್ನೂ ಕೆಲವರು ಶುಚಿಗೊಳಿಸುವ ಕೆಲಸದಲ್ಲಿ ತೊಡಗುತ್ತಿದ್ದರು.

ಒಮ್ಮೆ ಕ್ರಾಂತಿಕಾರಿಗಳ ವಿಚಾರಣೆ ಮಾಡುವಾಗ ದಾಮೋಧರ್ ಸ್ವರೂಪರವರು ಉಪವಾಸ ಮಾಡಿ ಅಸ್ವಸ್ಥಗೊಂಡಿದ್ದರು, ಆದರೂ ಪೊಲೀಸರು ಅವರನ್ನು ವೀಲ್ ಚೇರಿನಲ್ಲಿ ಕೂರಿಸಿಕೊಂಡು ನ್ಯಾಯಾಲಕ್ಕೆ ಕರೆತಂದಿದ್ದರು, ಅಲ್ಲಿಯವರೆಗೂ ಎಲ್ಲಾ ವಿಚಾರಣೆಯ ವೇಳೆ ಗಂಭೀರದಿಂದ ಇದ್ದ ಬಿಸ್ಮಿಲ್ಲರು ಒಮ್ಮೆಯೇ ಸಿಂಹದಂತೆ ಗುಡುಗಿದರು, ಸರ್ಕಾರಕ್ಕೆ ಬಾಯಿಗೆ ಬಂದ ಹಾಗೆ ನಿಂದಿಸತೊಡಗಿದರು, ಇದನ್ನು ಕೇಳಿ ನ್ಯಾಯಾಧೀಶರಿಗೆ ನಾಚಿಕೆಯಾಗಿ, ಇನ್ನು ಮುಂದೆ ದಾಮೋದರ್ ಸ್ವರೂಪರವರು ನ್ಯಾಯಾಲಕ್ಕೆ ಬರುವ ಅವಶ್ಯಕತೆ ಇಲ್ಲ ಎಂದು ಆದೇಶ ನೀಡಿದರು.

ಜೈಲಿನಲ್ಲಿ ಎಲ್ಲಾ ಕ್ರಾಂತಿಕಾರಿಗಳು ಎಲ್ಲಾ ಹಬ್ಬಗಳನ್ನು ತಪ್ಪದೆಯೇ ಆಚರಿಸುತ್ತಿದ್ದರು, ಅದರಲ್ಲಿ ಸರಸ್ವತಿ ಪೂಜೆ, ಬಸಂತ ಪಂಚಮಿ ಮತ್ತು ಹೋಳಿ ಹಬ್ಬವನ್ನು ವಿಜೃಂಭಣೆಯಿಂದ ಆಚರಿಸಿದ್ದರು, ಬಸಂತ ಪಂಚಮಿಯ ದಿನ ಎಲ್ಲಾ ಖೈದಿಗಳು 'ಮೇರೇ ರಂಗ್ ದೇ ಬಸಂತಿ' ಗೀತೆಯನ್ನು ಹಾಡಿ ಸಂಭ್ರಮಿಸಿದ್ದರು.

ಅಷ್ಫಾಕನ ಜೀವನ ಎಲ್ಲಾ ರೀತಿಯಲ್ಲೂ ಒಂದು ಆದರ್ಶದಾಯಕವಾದುದು, ಮೊದಲು ಅಷ್ಫಾಕ್ ಮತ್ತು ಸಚೆಂದ್ರನಾಥ್ ಭಕ್ಷಿ ಪೊಲೀಸರಿಗೆ ಸಿಕ್ಕಿರಲಿಲ್ಲ, ಬಹಳ ದಿನಗಳ ಕಾಲ ಪೊಲೀಸರು ಪರಿಶ್ರಮ ಪಟ್ಟರೂ ಅವರ ಸುಳಿವು

ಕೂಡ ಪೊಲೀಸರಿಗೆ ಸಿಕ್ಕಿರಲಿಲ್ಲ, ಬಹಳ ದಿನಗಳ ನಂತರ ಪೊಲೀಸರು ಅಷ್ಫಾಕ್ ಉಲ್ಲಾ ಖಾನನನ್ನು ದೆಹಲಿಯಲ್ಲಿ ಬಂಧಿಸಿದರೆ, ಸಚೆಂದ್ರನಾಥ್ ಭಕ್ಷಿಯನ್ನು ಬಾಗಲಪುರದಲ್ಲಿ ಸೆರೆ ಹಿಡಿದಿದ್ದರು. ಕೊನೆಗೂ ಬನವರಿ ಲಾಲನಿಗೆ ತನ್ನ ತಪ್ಪಿನ ಅರಿವಾಗಿತ್ತು, ಕ್ರಾಂತಿಕಾರಿಗಳನ್ನು ಹಿಡಿದುಕೊಟ್ಟು ದೊಡ್ಡ ತಪ್ಪು ಮಾಡಿದೆ, ಈ ದೇಶಕ್ಕೆ ಮೋಸಮಾಡಿದ್ದೇನೆ ಎಂದು ಬಹಳ ನೊಂದುಕೊಂಡಿದ್ದ, ಆದರೆ ಅಷ್ಟರಲ್ಲಿ ಸಮಯ ಮೀರಿಹೋಗಿತ್ತು.

ಅಷ್ಫಾಕ್ ಮತ್ತು ಭಕ್ಷಿಯನ್ನು ಹಿಡಿದ ನಂತರ ಪೊಲೀಸರು ಅವರನ್ನು ಬೇರೆ ಬೇರೆ ಜೈಲುಗಳಿಗೆ ರವಾನಿಸಿದ್ದರು, ವಿಚಾರಣೆಯ ಸಮಯದಲ್ಲಿ ಇಬ್ಬರನ್ನೂ ಒಟ್ಟಿಗೆ ಕರೆದು ಕೊಂಡು ಬಂದು ನ್ಯಾಯಾಲದಲ್ಲಿ ವಿಚಾರಣೆ ಮುಗಿದ ನಂತರ ಒಟ್ಟಿಗೆ ಕರೆದು ಕೊಂಡು ಬೇರೆ ಬೇರೆ ಜೈಲುಗಳಲ್ಲಿ ಇಡುತ್ತಿದ್ದರು. ಮುಂದೆ ಅಷ್ಫಾಕನನ್ನು ಫೈಜಾಬಾದ್ ಡಿಸ್ಟ್ರಿಕ್ಟ್ ಜೈಲಿಗೆ ರವಾನಿಸಿದರು, ಈ ಜೈಲಿನಿಂದ ಅಷ್ಫಾಕ್ ತನ್ನ ಅಣ್ಣ ರಿಯಾತ್ ಉಲ್ಲಾ ಖಾನನಿಗೆ ಒಂದು ಪತ್ರವನ್ನು ಬರೆದ. -

ಪ್ರೀತಿಯ ಅಣ್ಣಾ, ನೀನು ನನ್ನನು ಕಾಪಾಡಲು ಪಡುತ್ತಿರುವ ಶ್ರಮ ನೋಡಿ ನನಗೆ ಚಕಿತವಾಗುತ್ತಿದೆ, ನೀನು ನನ್ನ ಮೇಲಿಟ್ಟಿರುವ ಪ್ರೀತಿಗೆ ನಾನು ಸದಾ ಚಿರಋಣಿ, ನನಗೆ ಮರಣದಂಡನೆಯನ್ನು ತಡೆಯಲು ನೀನು ಪಡುತ್ತಿರುವ ಪ್ರಯತ್ನ ನಿಜವಾಗಲೂ ಶ್ಲಾಘನೀಯ, ಈ ಕೆಲಸದಲ್ಲಿ ನಿನಗೆ ಸಹಾಯ ಮಾಡಿದ ಎಲ್ಲರಿಗು ನಾನು ನನ್ನ ಧನ್ಯವಾದಗಳನ್ನು ತಿಳಿಸುತ್ತೇನೆ. ಈ ಭೂಮಿಯ ಮೇಲೆ ಹಲವಾರು ಪುಣ್ಯ ಪುರುಷರು ಬಂದು ಹೋಗಿದ್ದಾರೆ, ಆದರೆ ಈಗ ಅವರು ಯಾರು ಇಲ್ಲ, ಅಲ್ಲಾನು ಇಲ್ಲ, ಯೇಸುವೂ ಇಲ್ಲ, ಕೃಷ್ಣನೂ ಇಲ್ಲ, ಕಂಸನೂ ಇಲ್ಲ, ಆದರೆ ಜನ ಕೇವಲ ಅವರ ನಂಬಿಕೆಗಳಲ್ಲಿ ಅವರನ್ನು ಕಾಣುತ್ತಿದ್ದಾರೆ, ನಾನೂ ಕೂಡ ಅದೇ ರೀತಿ ನಿಮ್ಮ ನಂಬಿಕೆಯಲ್ಲಿ ಇರಲು ಇಚ್ಛೆಸುತ್ತೇನೆ. ನಿನ್ನೆ ನಾನು ಲಖನೌದಲ್ಲಿದ್ದೆ, ಇಂದು

ಫೈಜಾಬಾದಿನಲ್ಲಿದ್ದೇನೆ, ನಾಳೆ ಎಲ್ಲಿರುವೆ ಎಂದು ನನಗೆ ತಿಳಿದಿಲ್ಲ, ಎಲ್ಲಿದ್ದರೂ ನಾನು ಈ ದೇಶದ ಹಿತಕ್ಕಾಗಿ ಶ್ರಮಿಸುವೆ.

ಇಂತಿ

ಅಷ್ಫಾಕ್ ಉಲ್ಲಾ ಖಾನ್

ಜಿಲ್ಲಾ

ಬಂಧಿಖಾನೆ, ಫೈಜಾಬಾದ್.

ಅಷ್ಫಾಕ್ ಮತ್ತು ಸಚೆಂದ್ರನಾಥ್ ಭಕ್ಷಿಯ ವಿಚಾರಣೆಯ ನಂತರ ಒಟ್ಟಿಗೆ ಬರುವಾಗ ಒಮ್ಮೆ ಒಬ್ಬ ಕ್ರಾಂತಿಕಾರಿ ಜೈಲಿನಲ್ಲಿ ರಾಮ್ ಪ್ರಸಾದ್ ಬಿಸ್ಮಿಲ್ಲರು ಧರ್ಮ ಪ್ರಚಾರ ಮಾಡುತ್ತಿದ್ದರೆ ಎಂದು ಭಕ್ಷಿಗೆ ತಿಳಿಸಿದ್ದ.

ಇದರ ಬಗ್ಗೆ ಸಚೆಂದ್ರನಾಥ್ ಭಕ್ಷಿ ಈ ರೀತಿ ವಿವರಿಸಿದ್ದಾರೆ-

"ಬಿಸ್ಮಿಲ್ಲರು ಧರ್ಮ ಪ್ರಚಾರಕ್ಕೆ ನಿಂತಿದ್ದಾರೆ ಎಂಬ ಸುದ್ದಿ ಕೇಳಿ ನನ್ನ ಮನಸ್ಸಿಗೆ ಬಹಳ ನೋವಾಯಿತು, ನಾನು ಇದನ್ನು ಸಂಪೂರ್ಣವಾಗಿ ವಿರೋಧಿಸಿದ್ದೆ, ಆದರೆ ಈ ವಿಷಯವನ್ನು ಅಷ್ಫಾಕನ ಬಳಿ ಹೇಳಿದಾಗ ಅವನು ಇದನ್ನು ನಂಬಲಿಲ್ಲ, ಬಿಸ್ಮಿಲ್ಲರು ಜೈಲಿನಿಂದ ಪರಾರಿಯಾಗಲು ಯಾವುದೋ ಒಂದು ತಂತ್ರವನ್ನು ರೂಪಿಸಿ, ಅದಕ್ಕಾಗಿ ಈ ರೀತಿಯ ಆಟವನ್ನು ಆಡುತ್ತಿದ್ದಾರೆಂದು ಹೇಳಿ ಸುಮ್ಮನಾದ, ದಿನಕಳೆದಂತೆ ಅಷ್ಫಾಕನ ಜೀವನದಲ್ಲೂ ಬದಲಾವಣೆಯ ಗಾಳಿ ಬೀಸಿತ್ತು, ಸದಾ ಪವಿತ್ರ ಗ್ರಂಥವಾದ ಖುರಾನನ್ನು ಓದುವುದರಲ್ಲಿ ಮಗ್ನನಾಗಿಬಿಟ್ಟಿದ್ದ, ಉಪವಾಸ ಮಾಡುವುದನ್ನು ಆರಂಭಿಸಿದ, ನಿತ್ಯವೂ ನಮಾಜ್ ಮಾಡುತ್ತಿದ್ದರೂ ಒಂದು ದಿನವೂ ಕೂಡ ಅವನು ಧರ್ಮ ಪ್ರಚಾರ ಮಾಡಲಿಲ್ಲ, ಅವನಿಗೆ ದೇಶವನ್ನು ಬ್ರಿಟಿಷರಿಂದ ಮುಕ್ತಗೊಳಿಸಿ, ಸ್ವಾತಂತ್ರ್ಯಗೊಳಿಸುವುದು ಮೊದಲ ಗುರಿಯಾಗಿತ್ತು,

ಅಷ್ಫಾಕ ಅಲ್ಲಾ ಮತ್ತು ಈಶ್ವರ ಇಬ್ಬರು ಒಬ್ಬರೇ ಎಂದು ಸದಾ ಹೇಳುತ್ತಿದ್ದ, ಇವನ ಈ ಮಾತುಗಳನ್ನು ಕೇಳುತ್ತಿದ್ದ ನನಗೆ ಆಶ್ಚರ್ಯವಾಗಿತ್ತು.

ಒಂದು ದಿನ ಒಬ್ಬ ಪೊಲೀಸ್ ಅಧಿಕಾರಿ ನನ್ನ ಬಳಿ ಬಂದು 'ಅಷ್ಫಾಕ್, ನೀನೊಬ್ಬ ನಿಷ್ಠಾವಂತ ಮುಸ್ಲಿಂ ಯುವಕ, ನೀನೇಕೆ ಈ ಹಿಂದೂ ರಾಷ್ಟ್ರಕ್ಕಾಗಿ ಹೋರಾಡುತ್ತಿದ್ದೀಯಾ, ನಿನಗೆ ತಲೆ ಕೆಟ್ಟಿದಿಯೇ, ಹಿಂದೂಗಳು ನಿನ್ನ ಬಲಿಯನ್ನು ಕೊಟ್ಟು ಅವರು ನೆಮ್ಮದಿಯಿಂದಿರಲು ಸಂಚು ಹೂಡುತ್ತಿದ್ದಾರೆಂದು ಹೇಳಿದ'. ಅದಕ್ಕೆ ಅಷ್ಫಾಕ್ 'ಸಾಹೇಬರೇ, ಯಾರು ಕೂಡ ನನ್ನ ತಲೆ ಕೆಡಿಸಿಲ್ಲ ನಾನು ನನ್ನ ಸ್ವಂತ ಬುದ್ಧಿಯಿಂದಲೇ ಕ್ರಾಂತಿಕಾರಿ ದಳವನ್ನು ಸೇರಿದ್ದೆ, ಅದೇ ಬುದ್ಧಿಯಿಂದ ನಾನು ಈಗ ಜೈಲಿನಲ್ಲಿದ್ದೇನೆ. ಈ ದೇಶದಲ್ಲಿ ನಾನು ಹಿಂದೂ , ನೀನು ಮುಸ್ಲಿಂ ಎಂಬ ದುಷ್ಟ ಬುದ್ಧಿಯನ್ನು ಬೆಳೆಸಿದವರು ನಿಮ್ಮಂತ ಬ್ರಿಟಿಷರು.ಈ ನಿಮ್ಮ ಬ್ರಿಟಿಷ್ ಸರ್ಕಾರಕ್ಕಿಂತ ಬಿಸ್ಮಿಲ್ಲರ ಹಿಂದೂ ಸರ್ಕಾರದಲ್ಲಿ ಜನರು ನೆಮ್ಮದಿಯಿಂದ ಇರುತ್ತಾರೆಂದು ನನಗೆ ಖಂಡಿತಾ ನಂಬಿಕೆಯಿದೆ' ಎಂದು ಹೇಳಿದ, ಅದನ್ನು ಕೇಳಿ ಆ ಅಧಿಕಾರಿ ಸುಮ್ಮನೆ ಹೊರಟುಹೋದರು.

11. ಅಂತಿಮ ನಮನ

ದರೋಡೆ ನಡೆದು ಸುಮಾರು 18 ತಿಂಗಳುಗಳಾಗಿದ್ದವು, ಅಂತಿಮ ತೀರ್ಪು ಹೊರಬರುವ ಸಮಯ ಬಹಳ ಸನಿಹದಲಿತ್ತು, ಅಷ್ಫಾಕನಿಗೆ ಈ ವಿಷಯ ಚೆನ್ನಾಗಿ ತಿಳಿದಿತ್ತು, ಬ್ರಿಟಿಷ್ ಸರ್ಕಾರ ಯಾವುದೇ ಕಾರಣಕ್ಕೂ ಕ್ರಾಂತಿಕಾರಿಗಳಿಗೆ ಕಡಿಮೆ ಶಿಕ್ಷೆ ನೀಡುವುದಿಲ್ಲ, ಅವರನ್ನು ಕಠಿಣವಾಗಿ ಶಿಕ್ಷಿಸಲೇ ಬೇಕೆಂದು ಮೊದಲೇ ತೀರ್ಮಾನಿಸಿದ್ದರು, ಅಷ್ಫಾಕನಿಗೆ ಮರಣ ದಂಡನೆಯೇ ಸಿಗಲಿದೆ ಎಂದು ಖಾತ್ರಿಯಾಗಿತ್ತು, ತನ್ನ ಜೀವನದ ಕೊನೆಯ ದಿನ ಹತ್ತಿರ ಬರುತ್ತಿದೆ ಎಂದು ತಿಳಿದು ಫೈಜಾಬಾದ್ ಜೈಲಿನಿಂದ ತನ್ನ ತಾಯಿಗೆ ಒಂದು ಪತ್ರ ಬರೆದನು.

`ಪ್ರೀತಿಯ ಅಮ್ಮ, ನೀವು ಆರೋಗ್ಯದಿಂದಿದ್ದೀರೆಂದು ಭಾವಿಸಿದ್ದೇನೆ, ಇನ್ನು ಕೆಲವೇ ದಿನಗಳಲ್ಲಿ ನನ್ನ ವಿಚಾರಣೆಯ ಅಂತಿಮ ತೀರ್ಪು ಹೊರಬೀಳಲಿದೆ, ನನಗೆ ಯಾವು ಶಿಕ್ಷೆ ಜಾರಿಯಾಗಬಹುದೆಂದು ನಿಮಗೂ ತಿಳಿದಿದೆ, ಆದರೆ ನನಗೆ ಅದರಿಂದ ಯಾವುದೇ ಭಯವಿಲ್ಲ, ನೀವು ದಯವಿಟ್ಟು ಚಿಂತಿಸಬೇಡಿ, ನನಗೆ ಏನಾದರೂ ದುಃಖವಿದ್ದರೆ ಅದು ಕೇವಲ ನಿಮ್ಮ ವಿಷಯದಲ್ಲಿ ಮಾತ್ರ, ನಿಮ್ಮನ್ನು ನೋಡಿಕೊಳ್ಳುವ ಜವಾಬ್ದಾರಿಯಿಂದ ನುಣಿಚಿಕೊಂಡಿದ್ದೇನೆ, ದಯವಿಟ್ಟು, ಕ್ಷಮಿಸಿಬಿಡಿ.

- ಇಂತಿ

ಅಷ್ಫಾಕ್‌ಉಲ್ಲಾ ಖಾನ್

ಜಿಲ್ಲಾ

ಬಂಧಿಖಾನೆ, ಫೈಜಾಬಾದ್.

ದೇಶದ ಎಲ್ಲಾ ಪ್ರಜೆಗಳ ದೃಷ್ಟಿಯು ಈ ಮೊಕದ್ದಮೆಯ ತೀರ್ಪಿನ ಮೇಲೇ ಇತ್ತು, ಅದಾಗಲೇ **ರಾಮ್ ಪ್ರಸಾದ್ ಬಿಸ್ಮಿಲ್, ಠಾಕೂರ್ ರೋಷನ್ ಸಿಂಗ್ ಮತ್ತು ರಾಜೇಂದ್ರ ಲಹರಿಗೆ ಮರಣದಂಡನೆಯ ತೀರ್ಪು**

ನಮ್ಮ ಅಷ್ಫಾಕ್

ನೀಡಲಾಗಿತ್ತು, ಆದ್ದರಿಂದ ಅಷ್ಫಾಕನಿಗೂ ಕೂಡ ಮರಣದಂಡನೆಯನ್ನೇ ನ್ಯಾಯಾಲಯವು ವಿಧಿಸಲಿದೆ ಎಂದುಕೊಂಡಿದ್ದರು, ಅವರು ಅಂದುಕೊಂಡಂತೆ 9 ಅಕ್ಟೋಬರ್ 1927 ರಂದು ಅಷ್ಫಾಕ್ ಉಲ್ಲಾ ಖಾನನಿಗೆ ಮರಣ ದಂಡನೆ ಶಿಕ್ಷೆಯ ತೀರ್ಪು ನೀಡಿದರೆ, ಸಚಿಂದ್ರನಾಥ್ ಭಕ್ಷಿಗೆ ಅಂಡಮಾನ್ ಜೈಲಿನಲ್ಲಿ ಜೀವಾವಧಿ ಶಿಕ್ಷೆ ವಿಧಿಸಿತ್ತು.

ಕಾಕೊರಿಯ ಕೇಸಿನಲ್ಲಿ ಗಲ್ಲಿಗೇರಿ ಹುತಾತ್ಮರಾದವರು
ರಾಮ್ ಪ್ರಸಾದ್ ಬಿಸ್ಮಿಲ್
ರಾಜೇಂದ್ರ ಲಹರಿ
ಠಾಕೂರ್ ರೋಷನ್ ಸಿಂಗ್
ಅಷ್ಫಾಕ್ ಉಲ್ಲಾ ಖಾನ

ಈ ಘಟನೆಯ ಬಗ್ಗೆ ಸಚಿಂದ್ರನಾಥ್ ಭಕ್ಷಿ ಈ ರೀತಿ ವಿವರಿಸಿದ್ದಾರೆ.-

ಸಚಿಂದ್ರನಾಥ ಭಕ್ಷಿ

ಅಷ್ಫಾಕ್ ಉಲ್ಲಾ ಖಾನ್ ನನಗಿಂತಲೂ ವಯಸ್ಸಿನಲ್ಲಿ ಒಂದೂವರೆ ವರ್ಷ ಹಿರಿಯವನಾಗಿದ್ದ, ಆದರೆ ನಾನು ಪಕ್ಷದಲ್ಲಿ ಅವನಿಗಿಂತ ಮೊದಲಿಂದಲೂ ಕೆಲಸ ಮಾಡುತ್ತಾ ಬಂದಿದ್ದರಿಂದ ಅವನು ನನ್ನನು ಬಹಳ ಇಷ್ಟ ಪಡುತ್ತಿದ್ದ, ಮತ್ತು ಹಲವು ಬಾರಿ ಅವನು ಸಮಸ್ಯೆಗಳಲ್ಲಿ ಸಿಲುಕಿದಾಗ ಅವನು ನನ್ನಿಂದ ಮಾರ್ಗದರ್ಶನ ಪಡೆದು ಸಮಸ್ಯೆಗಳಿಂದ ಪರಿಹಾರ ಕಂಡುಕೊಂಡಿದ್ದ, ಆದ್ದರಿಂದ ಅವನಿಗೆ ನನ್ನ ಮೇಲೆ ಬಹಳ ಪ್ರೀತಿಯಿತ್ತು, ನಾನು ಮೊದಲಿನಿಂದಲೂ ಅಷ್ಫಾಕನಿಗಿಂತ ಹೆಚ್ಚು ಕ್ರಾಂತಿಕಾರಿ ಕೆಲಸ ಮಾಡಿದ್ದೇನೆ ಎಂದು ನಂಬಿಕೊಂಡಿದ್ದೆ, ಆದರೆ ನ್ಯಾಯಾಧೀಶರು ನನಗೆ ಜೀವಾವಧಿ ಮತ್ತು ಅಷ್ಫಾಕನಿಗೆ ಮರಣ ದಂಡನೆಯ ಶಿಕ್ಷೆ ಕೇಳಿದ ನಂತರ ನನ್ನ ಕಣ್ಣುಗಳು ತುಂಬಿ ಬಂದಿದ್ದವು, ಆದರೆ ಅಷ್ಫಾಕ್ ಒಂದಿಷ್ಟು ಕೂಡ ಬೇಸರದಿಂದಿರಲಿಲ್ಲ, ಬದಲಾಗಿ ಅವನು ಹೆಮ್ಮೆಯಿಂದ ಧನ್ಯವಾದಗಳನ್ನು ತಿಳಿಸಿ, ನಾನು ಈ ದೇಶಕ್ಕೆ ನನ್ನ ಬಲಿದಾನವನ್ನು ಉಡುಗೊಡೆಯಾಗಿ ನೀಡಲು ಮೊದಲಿನಿಂದಲೂ ತೀರ್ಮಾನಿಸಿದ್ದೆ, ಈಗ ನನ್ನ ಆಸೆ ಈಡೇರಿತು ಎಂದ. ಆದರೆ ನಾನು ನನಗೂ ಮರಣದಂಡನೆಯಾಗಬೇಕು, ನಾನು ಅವನಿಗಿಂತ ಹೆಚ್ಚು ಕ್ರಾಂತಿಕಾರಿ ಚಟುವಟಿಕೆಗಳಲ್ಲಿ ಭಾಗಿಯಾಗಿದ್ದೇನೆ, ನನಗೂ ದೇಶಕ್ಕಾಗಿ ಬಲಿಯಾಗುವ ಆಸೆಯಿದೆ ಎಂದು ನಮ್ಮ ವಕೀಲರಿಗೆ ತಿಳಿಸಿದ್ದೆ, ಆದರೆ ಅವರು ಅದನ್ನು ಘಣನೆಗೆ ತೆಗೆದುಕೊಳ್ಳಲಿಲ್ಲ. ತೀರ್ಪಿನ

ನಂತರ ಅಷ್ಫಾಕನನ್ನು ಫೈಜಾಬಾದ್ ಜೈಲಿಗೆ ಮತ್ತು ನನ್ನನ್ನು ಆಗ್ರಾ ಜೈಲಿಗೆ ರವಾನಿಸಿದರು.

ಈ ಶಿಕ್ಷೆಗೆ ಭಾರತದ ಎಲ್ಲಾ ಕಡೆಯಿಂದ ವಿರೋಧ ವ್ಯಕ್ತವಾಗಿತ್ತು,

ಕೌನ್ಸಿಲ್ ಅಧಿವೇಶನದಲ್ಲಿ ಠಾಕೂರ್ ಮಂಜೀತ್ ಸಿಂಗ್ ಕ್ರಾಂತಿಕಾರಿಗಳಿಗೆ ಮರಣ ದಂಡನೆ ನೀಡಿರುವುದನ್ನು ಪ್ರಶ್ನಿಸಿದ್ದರು, ಹಾಗೂ ಅವರೆಲ್ಲರಿಗೂ ಮರಣ ದಂಡನೆಯನ್ನು ವಜಾಗೊಳಿಸಬೇಕು ಎಂದು ಸರ್ಕಾರದ ಎದುರು ಮನವಿ ಮಾಡಿದರು, ಜನಗಳೆಲ್ಲರೂ ತಮ್ಮ ತಮ್ಮ ಪ್ರಾಂತ್ಯದ ಗವರ್ನರುಗಳಿಗೆ ಮರಣ ದಂಡನೆಯನ್ನು ವಜಾಗೊಳಿಸಬೇಕು ಎಂದು ಪತ್ರ ಬರೆದು ಸಹಿ ಹಾಕಿ ಕಳಿಸಿದ್ದರು, ಆದರೆ ಸರ್ಕಾರ ಇದ್ಯಾವುದಕ್ಕೂ ಕಿಂಚಿತ್ತೂ ತಲೆ ಕೆಡಿಸಿಕೊಳ್ಳಲಿಲ್ಲ. ಮನೆಯವರ ಒತ್ತಾಯದ ಮೇರೆಗೆ ಅಷ್ಫಾಕ್ ತೀರ್ಪನ್ನು ಪ್ರಶ್ನಿಸಿ ಪ್ರಿವಿ ಕೌನ್ಸಿಲಿನಲ್ಲಿ ಅಪೀಲ್ ಸಲ್ಲಿಸಿದ್ದನು, ಆದರೆ ಪ್ರಿವಿ ಕೌನ್ಸಿಲಿನಲ್ಲಿ ಕೇವಲ ಹೆಸರಿಗೋಸ್ಕರ ಒಂದು ವಿಚಾರಣೆಯನ್ನು ಮಾಡಿ ಮರಣದಂಡನೆಯ ತೀರ್ಪನ್ನು ಎತ್ತಿ ಹಿಡಿದಿದ್ದರು.

ಈಗ ಕ್ರಾಂತಿಕಾರಿಗಳ ಎಲ್ಲಾ ಆಟಗಳು ಮುಗಿದಿದ್ದವು, ಅಪೀಲುಗಳು ಮುಗಿದಿದ್ದವು, ಗವರ್ನರ್ ಕ್ಷಮಾ ಪ್ರಾರ್ಥನೆಯು ಮುಗಿದಿತ್ತು, ಈಗ ಕೇವಲ ನೇಣುಗಂಬದ ಶೂನ್ಯ ಮಾತ್ರ ಅವರಿಗೆ ಕಾಣುತ್ತಿತ್ತು. 19ನೆ ಡಿಸೆಂಬರ್ 1927 ರಂದು ಎಲ್ಲಾ ಕ್ರಾಂತಿಕಾರಿಗಳಿಗೂ ಮರಣದಂಡನೆ ನೀಡುವ ತೀರ್ಪನ್ನು ಬರೆದರು.

<u>ತನ್ನ ಮರಣದಂಡನೆ ಖಾತ್ರಿಯಾದ ಬಳಿಕ ಅಷ್ಫಾಕ್ ತನ್ನ ತಾಯಿಗೆ ಕೊನೆಯ ಪತ್ರ ಬರೆದಿದ್ದನು.-</u>

`ಪ್ರೀತಿಯ ಅಮ್ಮ, ಅಣ್ಣಾ, ಅಕ್ಕ, ಎಲ್ಲರಿಗೂ ನನ್ನ ಕೊನೆಯ ಪತ್ರದ ನಮಸ್ಕಾರಗಳು, ಈ ಪತ್ರ ನಿಮಗೆ ತಲುಪುವುದರೊಳಗೆ ನಾನು ಬದುಕಿರುತ್ತೇನೆಯೇ ಎಂಬ ನಂಬಿಕೆ ನನ್ನಲಿಲ್ಲ, ಜೈಲಿನಿಂದ ಈ ಪತ್ರ

ರವಾನಿಸುತ್ತಾರೆಯೇ ಎಂಬ ಸಂದೇಹ ಮೂಡುತ್ತಿದೆ, ಆದರೆ ಇದು ನನ್ನ ಕೊನೆಯ ಪತ್ರವಾದ್ದರಿಂದ ಇಂದು ಕಳಿಸುತ್ತಾರೆಂದು ನಂಬಿದ್ದೇನೆ.

ನನಗೆ ಕೊನೆಯ ಕರೆಯೋಲೆ ಬಂದಿದೆ, ಇನ್ನೂ ಕೆಲವೇ ದಿನಗಳಲ್ಲಿ ನಾನು ಈ ಲೋಕದಿಂದ ಬಹಳ ದೂರ ಹೋಗಲಿದ್ದೇನೆ, ಮುಂದೆ ನಮ್ಮ ಕುಟುಂಬದಲ್ಲಿ ಬರುವ ಮಕ್ಕಳು ನನ್ನ ಕಥೆಯನ್ನು ಕೇಳಲಿ, ಅವರಿಗೆ ನಾನು ತಪ್ಪು ಮಾಡಿದ್ದೇನೆಂದು ಖಂಡಿತಾ ಹೇಳಬೇಡಿ, ಅವರಿಗೆ ನಿಜವಾದ ಸತ್ಯ ತಿಳಿಸಿ, ನಾನು ನನ್ನ ಸ್ವಂತ ಬುದ್ದಿಯಲ್ಲಿ ಈ ಕ್ರಾಂತಿಕಾರಿ ಕೆಲಸ ಮಾಡಿದ್ದೇನೆ, ನನ್ನ ಕೆಲಸದಿಂದ ನನಗೆ ಬಹಳ ಹೆಮ್ಮೆಯಿದೆ, ನನ್ನ ನೆನಪು ನಿಮ್ಮ ಬಳಿ ಸದಾ ಇರಲಿ, ಪ್ರೀತಿಯ ಖಲೀಲ್ ಮತ್ತು ರಾಜಿ ಇನ್ನು ಮುಂದೆ ನಿಮ್ಮ ಚಿಕ್ಕಪ್ಪ ಬದುಕಿರುವುದಿಲ್ಲ, ಅಲ್ಲಾ ನಿಮ್ಮನ್ನು ಕಾಯುತ್ತಾನೆ. -

ಅಷ್ಫಾಕ್ ಉಲ್ಲಾ ಖಾನ್
ಜಿಲ್ಲಾ ಬಂಧಿಖಾನೆ,
ಫೈಜಾಬಾದ್.

ಅಷ್ಫಾಕ್ ಕೊನೆಯದಾಗಿ ಹಿಂದೂಸ್ತಾನದ ಜನರನ್ನು ಕುರಿತು ಒಂದು ಪತ್ರ ಬರೆಯುತ್ತಾನೆ-

ಪ್ರೀತಿಯ ಭಾರತೀಯ ಬಂಧು ಮಿತ್ರರೇ, ನಾವು ಖಂಡಿತಾ ದರೋಡೆಕೋರರಲ್ಲ, ದರೋಡೆ ಮಾಡುವುದು ನಮ್ಮ ಕಸುಬೂ ಅಲ್ಲ, ನಮ್ಮ ಕೆಲಸ , ಗುರಿ ಒಂದೇ ಒಂದು ಅದು ಹಿಂದೂಸ್ತಾನದ ಸ್ವಾತಂತ್ರ್ಯ, ಈ ಸ್ವಾತಂತ್ರ್ಯಕ್ಕಾಗಿ ಹಿಂದೆ ಸಾವಿರಾರು ಜನರು ಬಲಿಯಾಗಿದ್ದಾರೆ, ಈಗ ಅವರ ಸಾಲಿಗೆ ನಾನು ಸೇರಲಿದ್ದೇನೆ ಎಂಬ ಹೆಮ್ಮೆ ಇದೆ, ನಾನು ಏನೇ ಮಾಡಿದ್ದರೂ ಈ ದೇಶಕ್ಕಾಗಿಯೇ ಮಾಡಿದ್ದೇನೆ, ನನ್ನ ಕೈಗಳು ಯಾರನ್ನೋ ಕೊಲೆ ಮಾಡಿ ಜೈಲಿಗೆ ಸೇರಿಲ್ಲ, ದೇಶದ ಸ್ವಾತಂತ್ರ್ಯಕ್ಕಾಗಿ ಇಂದು

ನೇಣುಗಂಬದ ಮುಂದೆ ನಿಂತಿದ್ದೇನೆ, ನನ್ನನ್ನು ನಿಮ್ಮೊಳಗೊಬ್ಬನೆಂದು ತಿಳಿಯಿರಿ.

ಹಿಂದೂ -ಮುಸ್ಲಿಂ ಸೋದರರರೇ, ಜಾತಿ ಮತಗಳೆಲ್ಲವೂ ಕೇವಲ ಡೋಂಗಿ, ಇದರಿಂದ ಯಾವುದೇ ರೀತಿಯ ಪ್ರಯೋಜನವಿಲ್ಲ, ಬ್ರಿಟಿಷರು ಕೇವಲ ಅವರ ಉಪಯೋಗಕ್ಕಾಗಿ ಹಿಂದೂ ಮುಸ್ಲಿಮರನ್ನು ಬೇರ್ಪಡಿಸಲು ನಿಂತಿದ್ದಾರೆ, ದಯವಿಟ್ಟು ಅವರ ಮಾತುಗಳನ್ನು ಕೇಳಬೇಡಿ, ಈಶ್ವರ ಮತ್ತು ಅಲ್ಲಾ ಇಬ್ಬರು ಒಬ್ಬನೇ, ಅವನ ಹೆಸರು ಮಾತ್ರ ಬೇರೆ ಅಷ್ಟೇ.ಈ ದೇಶದಲ್ಲಿ ಒಟ್ಟು 7 ಕೋಟಿ ಮುಸ್ಲಿಮರು ಮತ್ತು 22 ಕೋಟಿ ಹಿಂದೂಗಳಿದ್ದಾರೆ, ಆದ್ದರಿಂದ ನಾವೆಲ್ಲಾ ಅಖಂಡ ಭಾರತವನ್ನು ಗುರಿಯಲ್ಲಿಟ್ಟುಕೊಂಡು ಹೋರಾಡಿದರೆ ಈ ಒಂದೂವರೆ ಲಕ್ಷ ಬ್ರಿಟಿಷರನ್ನು ಕೇವಲ ಒಂದೇ ದಿನದಲ್ಲಿ ಓಡಿಸಬಹುದು, ಆದರೆ ನೀವೆಲ್ಲಾ ಹಿಂದೂ ಗುಂಪು, ಮುಸ್ಲಿಂ ಗುಂಪು, ಬಂಗಾಳಿ ಗುಂಪು, ಬಿಹಾರಿ ಗುಂಪು, ಮದರಾಸಿ ಗುಂಪು ಎಂದು ಬೇರೆ ಬೇರೆ ಇದ್ದರೆ ನಮ್ಮ ದೇಶಕ್ಕೆ ಸ್ವಾತಂತ್ರ್ಯಗಳಿಸುವುದು ಬಹಳ ಕಷ್ಟವಾಗುತ್ತದೆ. ಮೊದಲು ಭಾರತವನ್ನು ಸ್ವತಂತ್ರಗಳಿಸುವ ದಾರಿಯಲ್ಲಿ ಮುನ್ನುಗ್ಗಿರಿ, ನಿಮ್ಮ ಹೋರಾಟಕ್ಕೆ ಗೆಲುವು ಸಿಗಲಿ.

ಇಂದು ನಾನು ಸಾಯುತಿದ್ದೇನೆ ಆದರೆ ನನ್ನ ಮನಸ್ಸಿನಲ್ಲಿ ಹಿಂದೂಸ್ತಾನದ ಸ್ವಂತಂತ್ರ್ಯವಾಗಿಲ್ಲ ಎಂಬ ಕೊರಗಿನ್ನಿಟ್ಟುಕೊಂಡೇ ಸಾಯುತಿದ್ದೇನೆ, ಮುಂದೊಂದು ದಿನ ನಾನೇನಾದರೂ ಮತ್ತೆ ಹುಟ್ಟಿ ಬಂದರೆ ಈ ದೇಶದಲ್ಲೇ ಎಂಬುದರಲ್ಲಿ ಅನುಮಾನ ಬೇಡ.

ಅಷ್ಫಾಕ್ ಉಲ್ಲಾ ಖಾನ್ ಜೀವನದ ಕೊನೆಯ ದಿನ ಬಂದೆ ಬಿಟ್ಟಿತ್ತು, ಅಂದು 19 **ಡಿಸೆಂಬರ್** 1927. ಎಂದಿನಂತೆ ಬೆಳಗ್ಗೆಯೇ ಎದ್ದು ನಮಾಜ್ ಮಾಡಿದ ನಂತರ ಖುರಾನ್ ಓದಿದ, ಅವನ ಮುಖದಲ್ಲಿ ಅಂದೂ ಕೂಡ ಯಾವುದೇ ಭಯ, ಆತಂಕ ಇರಲಿಲ್ಲ, ಅವನ ಮುಖದಲ್ಲೇ ಏನೂ

ಸಾಧಿಸಿದ್ದೇನೆಂಬ ಹರುಷ ಎದ್ದು ಕಾಣುತ್ತಿತ್ತು. ಸ್ವಾತಂತ್ರ್ಯಕ್ಕಾಗಿ ತನ್ನ ಬಲಿದಾನವನ್ನು ನೀಡಲು ಅಷ್ಫಾಕ್ ಕಾತುರನಾಗಿದ್ದ. ಅವನು ಅಲ್ಲಾನನ್ನು ಪ್ರಾರ್ಥಿಸುತ್ತಲೇ ತನಗೆ ಹಾಕಿದ್ದ ಸರಪಳಿಗಳ ಶಬ್ದಮಾಡುತ್ತಾ ನೇಣುಗಂಬದ ಮುಂದೆ ಬಂದು ನಿಂತ್ತಿದ್ದ.

<u>ನೇಣುಗಂಬದ ಮುಂದೆ ತನ್ನ ದೇಶವಾಸಿಗಳಿಗೆ ಕೊನೆಯ ಸಂದೇಶವನ್ನು ತಿಳಿಸಿದ :-</u>

`ಭಾರತ ಮಾತೆಯ ರಂಗ ಮಂದಿರದಲ್ಲಿ ನಾನು ನನ್ನ ಕೆಲಸವನ್ನು ಇಂದಿಗೆ ಮುಗಿಸುತ್ತಿದ್ದೇನೆ, ನನ್ನ ಕೈಯಲ್ಲಿ ಆದಷ್ಟೂ ಕಾರ್ಯಗಳನ್ನು ಮಾಡಿದ್ದೇನೆ, ನಾನು ಯಾವುದೇ ಸರಿ ಅಥವಾ ತಪ್ಪು ಮಾಡಿದ್ದರೂ ಅದು ಸ್ವಾತಂತ್ರ್ಯಕ್ಕಾಗಿ ಎಂಬ ಭಾವನೆಯಿಂದಲೇ ಮಾಡಿದ್ದೇನೆ, ನಮ್ಮ ಈ ಕೆಲಸಗಳಿಗೆ ಕೆಲವರು ಹೊಗಳುತ್ತಾರೆ, ಕೆಲವರು ತೆಗಳುತ್ತಾರೆ. ನಮ್ಮ ಸಾಹಸ ನಮ್ಮ ಶತೃಗಳ ಕಿವಿ ಮುಟ್ಟಬೇಕು, ಒಬ್ಬ ಕ್ರಾಂತಿಕಾರಿ ದೊಡ್ಡ ವೀರ ಯೋಧನಾಗಿರುತ್ತಾನೆ ಮತ್ತು ಅಷ್ಟೇ ವೇದಾಂತಿ ಕೂಡ ಆಗರುತ್ತಾನೆ. ಜನರು ನಮ್ಮನ್ನು ದೇಶದ ಭಯೋತ್ಪಾದಕರೆಂದು ಭಾವಿಸಿದ್ದಾರೆ, ಆದರೆ ಅದು ಸುಳ್ಳು. ನಾವು ಇಷ್ಟು ದೊಡ್ಡ ವಿಚಾರಣೆಯಲ್ಲೂ ಒಂದು ಬಾರಿಯೂ ಕೂಡ ಯಾವುದೇ ರೀತಿಯ ಅಹಿತಕರ ಘಟನೆ ನಡೆಸಿಲ್ಲ, ಯಾರನ್ನು ಕೂಡ ಹಿಂಸಿಸಿಲ್ಲ, ನಾವು ಮನಸ್ಸು ಮಾಡಿದ್ದಾರೆ ಪೊಲೀಸರನ್ನು ಸಾಯಿಸಿ ತಪ್ಪಿಸಿಕೊಂಡು ಹೋಗಬಹುದಾಗಿತ್ತು, ಆದರೆ ನಮ್ಮ ಉದ್ದೇಶ ಪೊಲೀಸರನ್ನು ಸಾಯಿಸುವುದಲ್ಲ, ಬದಲಾಗಿ ಬ್ರಿಟಿಷರಿಗೆ ನಮ್ಮ ಸ್ಥೈರ್ಯವನ್ನು ತೋರಿಸಿವುದಾಗಿತ್ತು. ಬ್ರಿಟಿಷ್ ಸರ್ಕಾರ ನೀವು ಕಾಕೋರಿಯ ದರೋಡೆಯಲ್ಲಿ ಒಬ್ಬ ಅಮಾಯಕನನ್ನು ಕೊಂದು ಬಹಳ ದೊಡ್ಡ ಪ್ರಮಾದವನ್ನು ಎಸಗಿದ್ದೀರಾ, ನಿಮ್ಮನ್ನು ಹೇಗೆ ತಾನೇ ಕ್ಷಮಿಸಲು ಸಾಧ್ಯ, ನಿಮಗೆ ಮರಣದಂಡನೆಯೇ ತಕ್ಕ ಶಿಕ್ಷೆ ಎಂದು ಹೇಳಿತು, ಆದರೆ ಇದೇ ಸರ್ಕಾರ ಜಲಿಯನ್ ವಾಲಾ ಬಾಗಿನಲ್ಲಿ ಸಾವಿರಾರು ಅಮಾಯಕ ಜನರನ್ನು

ಒಂದಿಷ್ಟೂ ಮಾನವೀಯತೆ ಇಲ್ಲದೆ ನಿರ್ದಾಕ್ಷಿಣ್ಯವಾಗಿ ಕೊಲೆ ಮಾಡುವಾಗ ಎಲ್ಲಿ ಹೋಗಿತ್ತು ಇವರ ಮಾನವೀಯತೆ.

ನಾನು ಯಾರನ್ನೋ ಕೊಂದು ಇಲ್ಲಿ ಬಂದಿಲ್ಲ, ಬ್ರಿಟಿಷರು ನಮ್ಮ ವಿರುದ್ಧ ಪಿತೂರಿಗಳನ್ನು ನಡೆಸಿ ದೇಶಕ್ಕಾಗಿ ಹೋರಡುವವರನ್ನು ಈ ರೀತಿ ಶಿಕ್ಷಿಸುತ್ತಿದ್ದಾರೆ, ಈ ಬ್ರಿಟಿಷ್ ಸರ್ಕಾರಕ್ಕೆ ನನ್ನ ದಿಕ್ಕಾರ, ಮುಂದೊಂದು ದಿನ ಭಾರತಕ್ಕೆ ಸ್ವಾತಂತ್ರ್ಯ ಸಿಗಲಿ ಎಂದು ಆಶಿಸುತ್ತಾ ಅಷ್ಫಾಕ್ ತನ್ನವರಿಗೆ ಅಂತಿಮ ನಮನವನ್ನು ಸಲ್ಲಿಸಿದನು.

ಅಷ್ಫಾಕ್ ತನ್ನ ದೇಶಕ್ಕೆ ಸ್ವಾತಂತ್ರ್ಯ ಕೊಡಿಸುವ ಸಾಹಸದಲ್ಲಿ ನೇಣಿನ ಕುಣಿಕೆಗೆ ನಗುತ್ತಲೇ ತಲೆಯೊಡ್ಡಿ ಅಮರನಾದನು.

ಅಷ್ಫಾಕ್ ಉಲ್ಲಾ ಖಾನನ ಮೃತ ದೇಹ

ಅಷ್ಫಾಕನನ್ನು ಫೈಜಾಬಾದ್ ಜೈಲಿನಲ್ಲಿ ಗಲ್ಲಿಗೇರಿಸಿದರೆ, ಅದೇ ದಿನ ರಾಮ್ ಪ್ರಸಾದ್ ಬಿಸ್ಮಿಲ್ಲರನ್ನು ಗೊರಖಾಪುರ ಜೈಲಿನಲ್ಲಿ , ಮತ್ತು ಠಾಕೂರ್ ರೋಷನ್ ಸಿಂಗ್ ರನ್ನು ಅಲ್ಲಾಹಬಾದ್ ಜೈಲಿನಲ್ಲಿ 19 ಡಿಸೆಂಬರ್ 1927ರಂದು ಗಲ್ಲಿಗೇರಿಸಿದರು, ರಾಜೇಂದ್ರ ಲಹರಿಯನ್ನು ಎರಡು ದಿನ

ಮೊದಲೇ ಅಂದರೆ 17 ಡಿಸೆಂಬರ್ 1927ರಂದು ಉತ್ತರ ಪ್ರದೇಶದ ಗೊಂಡ ಜೈಲಿನಲ್ಲಿ ಗಲ್ಲಿಗೇರಿಸಿದರು.

ಅಷ್ಫಾಕನ ಆಸೆಯಂತೆ 15 ಆಗಸ್ಟ್ 1947 ರಂದು ಭಾರತ ಸ್ವತಂತ್ರವಾಯಿತು.

ಉತ್ತರ ಪ್ರದೇಶದ ಷಹಜಹಾನ್ಪುರದಲ್ಲಿರುವ ಅಷ್ಫಾಕ್ ಉಲ್ಲಾ ಖಾನನ ಸಮಾಧಿ

ಉಲ್ಲೇಖಗಳು:

ಶಾಹಿದ್ ಅಷ್ಫಾಕ್ ಉಲ್ಲಾ ಖಾನ್ - *ಪ್ರವೀಣ್ ಭಲ್ಲಾ (ಹಿಂದಿ)*
ಹ್ಯಾಂಗಿಂಗ್ ಆಫ್ ರಾಮ್ ಪ್ರಸಾದ್ ಬಿಸ್ಮಿಲ್ *(ರಾಮ್ ಪ್ರಸಾದ್ ಬಿಸ್ಮಿಲ್ಲರ ಗಲ್ಲು ಶಿಕ್ಷೆ) - ಮಾಲ್ವಿನ್ದಾರ್ ಜೀತ್ ಸಿಂಗ್ ವರೈಚ್- ಯೂನಿಸ್ಟರ್ ಪ್ರಕಾಶನ*
ಚಂದ್ರಶೇಖರ್ ಆಜಾದ್ (ಹಿಂದಿ)- *ಬಯಾಗ್ರಫಿ - ಮಾಲ್ವಿನ್ದಾರ್ ಜೀತ್ ಸಿಂಗ್ ವರೈಚ್- ಯೂನಿಸ್ಟಾರ್ ಪ್ರಕಾಶನ*